(திறன்களிலிருந்து வெற்றி வரை)

[ஒரு முழுமையான மனிதனாக செயலாற்றுவதற்கு எல்லாருக்கும் தேவையான முக்கிய காரியங்களை உள்வாங்க]

மாணவர்களுக்கும், கற்பவர்களுக்கும்

₹. 150

முகவுரை

இன்றைய உலகில் அறிவும் கல்வி தகுதியும் மாத்திரம் ஒரு மனிதன் பிரகாசிப்பதற்கும், வெற்றிப்பெறுவதற்கும் உதவுவதில்லை. உலகம் பல்வேறு துறைகளில் முன்னேறி வருவதால், முக்கிய வாழ்வியல் திறன்கள் மறைந்துள்ள பல மதிப்பீடுகளை மறந்துள்ளோம். நாம் நமது பின்னணியின் அடிப்படையில் பகுத்தறிவதாலும், மதிப்பளவுகளை கொண்டுள்ளதாலும், பின்னால் உள்ள பல காரியங்களைக் குறித்து அறிவில்லாதிருக்கிறோம். அதுவே நாம் இன்று அடுத்த தலைமுறையில் உள்ள ஒவ்வொரு தனிப்பட்ட நபருக்கும் வேண்டிய, அத்தியாவசிய வாழ்வியல் திறன்களைக் கற்றுக் கொடுக்கும் சூழ்நிலைக்குத் தள்ளப்பட்டதற்கு சாத்தியமான காரணமாக இருக்கலாம்.

'21 ஆம் நூற்றாண்டுத் திறன்கள்' என்கின்ற வார்த்தை இன்று பெரிய அளவில் கல்வித் துறையிலும், பெருநிறுவனங்களிலும் உச்சரிக்கப்படுகிறது. தொடர்புக்கொள்ளுதல், உடனுழைத்தல், தொழில்நுட்ப எழுத்தறிவு, விமர்சன சிந்தனை, சிக்கலைத் தீர்த்தல், உலக குடிமகனாயிருத்தல், ஆராய்தல் மற்றும் புதுமுறைக்காணல் ஆகியன 21 ஆம் நூற்றாண்டுத் திறன்களை உள்ளடக்கிய மைய திறன்கள் ஆகும். இந்தத் திறன்கள் கல்வி தகுதிகளையும், சான்றிதழ்களையும் விடக் கற்றல் மற்றும் வேலை செய்யும் சூழல்களில் மிக முக்கியமானவைகளாகக் கருதப்படுகின்றன.

திறன்கள் மாத்திரமே ஒரு மனிதனுக்கு வேண்டிய ஆரோக்கியமான கற்றல் மற்றும் வேலை செய்யும் சூழல்களைத் தருவதில்லை. திறன்கள் மத்தியில் மறைந்திருந்து அதனைச் சரியான முறையில் செயல்படுத்த, உபயோகிக்க மதிப்பீடுகளும் உதுவும்.

‘திறனிலிருந்து வெற்றிவரை” ஒவ்வொரு தனிப்பட்ட நபரும் தம்மை தாமே மதிப்பதற்கும், தம்மை தாமே அறிவதற்கும், வளங்களை உபயோகிப்பதற்கும், ஒருவரோடொருவர் சரியான முறையில் தொடர்புக்கொள்வதற்கும், நேர்மறையான அணுகுமுறைக்கும், உணர்வுகளைச் சிந்தனையோடு சமநிலை செய்வதற்கும், பொறுப்புடன் நடப்பதற்கும், ஆக்கவளம் உடையவராய் இருப்பதற்கும், சரியான மதிப்பீடுகளோடு வாழ்வில் வெற்றி பெறுவதற்கும் உதவும். வாழ்வின் வெற்றியை மாற்றிச் சரியாக விவரிக்க உதவும்.

1. தன்மானம்

(நம்மை நாமேயும், நம்மதிப்பினையும் தெரிந்துக்கொள்வது)

முன்னுரை

அனைவரும் தங்களுடைய ஆர்வங்களிலும் பிடித்த காரியங்களிலும் தனித்துவமாய் விளங்குகிறார்கள், ஆனால் நிறைய பேரிடம் உள்ள பிரச்சனை என்னவெனில் தங்களை திருப்தி படுத்தக்கூடிய வகையில் உள்ளதான மதிப்பீடுகளையும் வரையறைகளையும் கொண்டு அவர்களின் மதிப்பை உணர்ந்து நிச்சயப்படுத்தி கொள்ளாததுதான். இவையே நம்முடைய சமூகத்தில் எதிர்மறை விளைவுகளை ஏற்படுத்துகிறது.

ஒரு நபர் தனக்குத்தானே கீழே உள்ள வார்த்தைகளைச் சொல்லிக்கொள்வாரெனில், அந்த நபரே அன்பு, சந்தோசம், சமாதானம் கொண்ட சிறந்த நபர் ஆவார்.

" **நான் பெலவானாய் இருக்கிறேன்**

ஏனெனில் என் பெலவீனங்களை தெரிந்திருக்கின்றேன்

நான் அழகாய் இருக்கிறேன்

ஏனெலில் என் குறைகளை அறிந்துள்ளேன்

நான் பயபடாமல் இருக்கிறேன்

ஏனெனில் உண்மை மற்றும் நிழலை அடையாளம் கண்டுக்கொள்ள கற்றுள்ளேன்

நான் ஞானமாய் இருக்கிறேன்

ஏனெனில் என் தவறுகளிலிருந்து கற்கிறேன்

நான் நேசிக்கிறவனாய் இருக்கிறேன்

ஏனெனில் நான் வெறுப்பை உணர்ந்துள்ளேன்

மற்றும்...

நான் சிரிக்ககூடியவனாய் இருக்கிறேன்

ஏனெனில் துக்கங்களை தெரிந்துக் கொண்டு இருக்கிறேன்"

தன்மானம் என்பது ஒரு நபர் தன்னைத்தானே ஏற்பதற்கு உதவுகிறது. மற்றும் நாம் நம்மைநாமே விரும்பவில்லையெனில் யாரும் நம்மை விரும்பமாட்டார்கள் என்பதையும் உணர உதவுகிறது. இன்னும் நம்மை நாமே அறிவதற்கும், நமது மதிப்பினையும், நாம் எவ்வளவு மதிப்பாய் நடந்துக் கொள்ள வேண்டும் என்பதையும் அறிய தன்மானம் நமக்கு உதவுகிறது.

உங்களின் மதிப்பென்ன?

சில மக்கள் அதிக பணம், அதிகாரம் அல்லது புகழ் சம்பாதிக்க தங்கள் இருதயங்களை உட்படுத்துகிறார்கள், ஆனால் ஒரு மனிதனுக்கு தன்மானம் இல்லையெனில் அவை அனைத்துமே வீணாகும் அனைத்து மனிதர்களுமே கோடி இந்திய ருபாய் அல்லது நூறு கோடி அமெரிக்க பணம் அல்லது நூறுகோடி கிராம் தங்கம் மற்றும் பெருமதிப்புள்ள வைரத்திற்கும் மேல், அதிகம் மதிப்புள்ளவர்கள்.

எல்லா மனிதர்களும் எந்த பொருளைப் பார்க்கிலும் தனித்துவமும், விசேஷமும், மதிப்பும் உள்ளவர்கள். எனினும் நிறைய பேர் தங்கள் குறுகிய லாபத்திற்காகத் தங்களை தாங்களே இலக்கிறார்கள். தன்மானம் ஒரு மனிதன் உலகில் உள்ள எந்தப் பொருளையும் தன் சுயத்தால் பெற முடியும் என்பதையும், ஆனால் சுயத்தை எந்தப் பொருளாலும் பெற முடியாது என்பதையும் உணர உதவுகிறது.

தன்மானம்

தன்மானம் என்பது மனிதர்கள் தங்கள் சுயமரியாதையை காக்க ஒவ்வொருவரும் தங்களுக்குள்ளேயே வைத்திருப்பதாகும். ஒருவர் சுயலாபத்திற்காகப் புகழும் போது மனிதர்கள் பெற்றிருப்பது அல்ல. தன்மானம் என்பது நம்மைநாமே ஆராய்ந்து, அறிந்து நம்மையே வியக்கும் தனிப்பட்ட உள்ளார்ந்த ஒரு விஷயமாகும்.

ஒருவர் தன்மேலேயே வைத்திருக்கும் அன்பு, அக்கறை, மரியாதையே தன்மானமாகும். தன்மானம் என்பது சுயநலம் அல்ல, ஆனால் சுயத்தை தீமையிலிருந்து பராமரிப்பதும், சரியான சுய விருப்பங்களை நிவிர்த்தி செய்து திருப்தி அடைவதும், சரியான மனப்பான்மையினாலும், செயல்கள் செய்வதாலும் கிடைக்கும் சுய மரியாதையாகும்,

தன்மானம் உள்ளவர் மற்றவர் மதிக்கக்கூடிய வகையில் நடந்து மரியாதையை எதிர்பார்ப்பர். தன்மானம் என்பது சுயமரியாதையை கொண்டிருப்பது மாத்திரம் அல்ல, ஆனால் சுய மரியாதை உடையவர் மற்றவரிடமிருந்து மரியாதையை கோர தொடங்குவர். மற்றும் மற்றவர் ஏற்றுக்கொள்ள கூடிய வகையில் நடந்து மரியாதையை பெறுவார்.

தன்மானத்துடன் செயல்படுவது ஒருவர் பொறுமையை இழக்காமல் ஒரு வேண்டாத சூழலிலிருந்து நழுவுவதுமாகும். தன்மானம் கொண்டிருப்பது நம்மை ஒரு சிலைபோல அமரச் செய்வதில்லை, எந்தச் சூழ்நிலைக்கும் ஏற்றவாறு சரளமாகச் செயல்படவும், நம்பிக்கையுடன் நம்மை மாற்றிக்கொண்டு காரியங்களை நமக்கே உரித்தாக வெளிப்படுத்தவும், உதவுகிறது.

ஒருவர் தன்மானத்தை தற்காலிகமாக இழக்க நேரிட்டாலும், திரும்பவும் பெற்றுக்கொள்ள முடியும். நாம் ஒவ்வொருவரும் வாழ்வில் உணர்வுபூர்வமாக அறிவுபூர்வமாக நிறைய சவாலான சூழ்நிலைகளைச் சந்திக்க நேரிடும். பதற்றமான சூழ்நிலைகளை உணர முடியும். நம்மேல் உள்ள நம்பிக்கையையும் இழக்க நேரிடும். எனினும் எப்பொழுது நம்மை நாமே உணர்ந்துக்கொள்கின்றோமோ, நம்மையே சரி செய்கின்றோமோ, தவறுகளிலிருந்து கற்றுக்கொள்கின்றோமோ அப்பொழுது நமது தன்மானத்தை திரும்பப் பெற முடியும்.

தன்மானத்தை அதிகரித்தல்

பகுத்தறியுங்கள்

நாம் செய்கின்ற ஒவ்வொரு காரியத்திற்கு பின்பு காரணமும் நோக்கமும் இருக்க வேண்டும். அவை நாம் என்ன செய்கிறோம் எதற்குச் செய்கிறோம் என்பதை அறிய உதவும். நாம் யோசிக்கும் பொழுதும் ஒரு செயலைச் செய்யும் பொழுதும், புதியதாக நிறைய காரியங்கள கற்று தன்மானத்தை வளர்க்க முடியும்.

தன்னம்பிக்கையோடிருங்கள்

நாம் நமக்குத் தெரிந்த காரியங்களிலும், அனுபவப்பட்ட காரியங்களிலும் நம்பிக்கை கொள்ள வேண்டும். மற்றவர்களோடு ஒப்பிடாமல், காரியங்களில் தன்னம்பிக்கையோடு நமது சிறந்த முயற்சியைத் தருவது தன்மானத்தை வளர்க்கும்.

பொறுப்போடிருங்கள்:

நமக்குக் கொடுக்கப்பட்ட வேலைகளையும், நாம் எடுத்துக்கொண்ட வேலைகளையும், நாம் வாக்குறுதி அளித்த கடைமைகளையும் எந்தச் சூழ்நிலையிலும் செய்து முடிக்க வேண்டும். நாம் தன்னம்பிக்கையோடு இருக்கும் பொழுதோ மற்றவர் நம் மேல் நம்பிக்கை கொள்ளும் பொழுதோ நாம் நமது பொறுப்பை உணர வேண்டும். நாம் நமது வெற்றியிலும் பொறுப்பேற்க வேண்டும் அதே சமயம் நமது தோல்வியிலும் பொறுப்பேற்க வேண்டும், ஏனெனில் நாம் நேரடியாகவோ மறைமுகமாகவோ அதில் ஈடுபட்டுள்ளோம். நாம் செய்த காரியங்களிலும், நாம் செய்யத் தவறின காரியங்களிலும் பொறுப்பேர்பதன் மூலம் தன்மானத்தை வளர்த்துக் கொள்ள முடியும்.

முன் வந்து முயற்சி செய்யுங்கள்

எந்த வாய்ப்பும் நமக்காகக் காத்திருந்து நாம் அதை எடுத்துக் கொள்ளும் வரை நம்மை வழியுறுத்தாது. நாம் சிந்தனையிலும் செயலிலும் சிறந்தவர்களாக இருக்க வேண்டுமானால் முன் வந்து முயல வேண்டும். நமக்கு முன்பாக இருக்கும், நமக்கு ஏற்ற அனைத்து வாய்ப்புகளையும் உபயோகிப்பதன்மூலம் வாழ்வில் வெற்றி பெற முடியும். நாம் முன் வந்து காரியங்களைச் செய்வதினால் தன்மானத்தை வளர்க்கின்றோம்.

கவனத்துடன் இருங்கள்

நாம் மற்றவர்கள் நம்மைத் தவறான வழியில் ஆளுகைக்காத படி எப்பொழுதும் மிகக் கவனத்துடன் இருக்க வேண்டும். நாம் பொறுப்புள்ளவர்களாக இருப்பதற்கும், சூழ்நிலைகளைச் சரியான விதத்தில் சமாளிப்பதற்கும் கவனமுடன் இருப்பது அவசியம், அது தன்மானத்தை அதிகரிக்கும்.

தவறுகளை ஒப்புக்கொண்டு திருத்திக்கொள்ளுங்கள்

பூமியில் உள்ள மனிதர் யாரும் நேர்த்தியானவர் இல்லை. தெரிந்தோ தெரியாமலோ தவறுகளை யாரும் தவிர்க்க முடியாது. எனினும் பெரிதான மக்கள் தங்களை நேர்த்தியாய் காண்பிக்க செய்த தவறை மறைக்கவும் நியாயப்படுத்தவுமே முயல்வர். அது மதிப்பை அழிப்பதாய் மாத்திரம் இல்லாமல், தவறை திருத்திக் கொள்ளவும் வழி செய்வதில்லை, ஏனெலில்

தவறுகளைத் தவறுகளாக ஏற்றுக்கொள்ளாததினால். தவறுகளை ஏற்றுக்கொண்டு சரி செய்ய முயல்வது தன்மானத்தை வளர்க்கும்.

சுய மதிப்பீடுகளை அமைத்துக்கொள்ளுங்கள்

தனிப்பட்ட மதிப்பீடுகள் ஒரு மனிதனின் தனிப்பட்ட நம்பிக்கைகளிலிருந்து நிறுவப்படுகின்றன, அது சுற்றியுள்ள நிறைய காரணிகளால் பாதிக்கப்படுகிறது. எல்லோரும் தங்களால் மதிக்கப்படுகின்ற, தாங்கள் பின்பற்றுவதற்கு உயரிய மதிப்பீடுகளை விவரிப்பது அவசியம். தனிப்பட்ட மதிப்பீடுகள் தவறாக இருக்கும்பொழுது, ஓரு நபர் குறிக்கோளற்றவராய் இருப்பர், அதனால் தன்மானத்தை மெதுவாக இழக்க நேரிடலாம். தன்மானத்தை வளர்க்க சுய மதிப்பீடுகள் அவசியம்.

சரியானதிற்காக நிமிர்ந்து நில்லுங்கள்

நம் வாழ்வில் எந்தக் கடினமான சூழல் ஏற்பட்டாலும் எது சரியோ அதற்காக நிமிர்ந்து நிற்க வேண்டும். நமது மதிப்பீடுகளை நாம் விட்டுக்கொடுக்கும்பொழுது, நமது உண்மையான மதிப்பை உணர முடியாது, வாழ்வின் சூழ்நிலைகளால் இழுக்கப்பட்டு விடுவோம், அதனால் நமது தன்மானத்தையும் தன்னம்பிக்கையையும் இழக்க நேரிடும். நாம் எப்படி இருக்க வேண்டுமென்று நிர்ணயித்து இருந்தோமோ அதை மறந்து, வெறுமையாக வாழத் தொடங்கி விடுவோம். சரியானதிற்காக நிமிர்ந்து நிற்பது தன்மானத்தை வளர்க்க உதவும்.

நேரத்தை நிர்வகியுங்கள்

நேரம் என்பது நம் அனைவருக்கும் முக்கியமானதும் இன்றியமையாததுமாகும். நேரத்தைச் சரியாக உபயோகிப்பது நாம் வாழ்வில் சிறந்தவர்களாக இருக்க உதவும். நாம் நேரத்தைச் சரியான முறையில் நிர்வகிக்கவில்லையெனில், நமது பொறுப்புகளை நிறைவேற்ற முடியாது அதனால் தன்மானத்தை இழக்க நேரிடும். நேரத்தைச் சரியாக நிர்வகிப்பது எல்லா பொறுப்புகளையும் நிறைவேற்ற, நிறைய காரியங்களைக் கற்றுக்கொள்ள, தன்மானத்தை வளர்க்க உதவும்.

திறன்களை வளர்த்துக்கொள்ளுங்கள்

வரலாற்றில் மனிதனுடைய வளர்ச்சி என்பதும், திறன் வளர்ச்சி என்பதும் ஒன்றோடு ஒன்று பின்னிப்பிணைந்திருக்கிறது. திறன் வளர்ச்சி இல்லாமல் மனிதனுடைய வளர்ச்சியின் பரிமாணம் தடைப்பட்டிருக்கும். முன்னேற்றங்களிலும் தொழில்நுட்பத்திலும் கூட இருந்து வாழ்வை நிர்வகிக்கவும், நம் தன்மானத்தை நிறைய போட்டிகளுக்கிடையே வளர்க்கவும், திறன்களை வளர்த்துக்கொள்வது அவசியம்.

ஆக்கபூர்வமான மனப்பான்மையோடிருங்கள்

நம்முடைய மனப்பான்மையே நம்முடைய தன்மானத்தை வடிவமைப்பதாகும். நம்மைச் சுற்றியுள்ள காரியங்கள் நல்லதாக இருந்தாலும், இல்லாவிட்டாலும் நாம் எவ்வாறு அதை எடுத்துக் கொள்கிறோம், அதற்கு பிரதியுத்திரம் தருகிறோம் என்பது முக்கியம். நம்மைச் சுற்றி நம்மைப் பாதிக்ககூடிய காரியங்கள் நடந்துக் கொண்டுதான் இருக்கும், அதிலிருந்து வெளியே வந்து அதற்குச் சரியான விதத்தில் பதில் தருவது அவசியம். நமது வாழ்வில் ஆக்கபூர்வமான மனநிலை கொண்டிருப்பது நாம் தன்மானத்தில் நிலை நிற்க உதவும்.

இலக்குகளில் கவனம் செலுத்துங்கள்

நிறைய நேரங்களில், பெரும்பாலானோர் குறிக்கோளற்றவர்களாய், ஒரு குறிப்பிட்ட சமயம் என்ன வேண்டுமோ அதை மாத்திரம் செய்கிறோம். நமது ஆர்வங்களுக்கு, மதிப்பீடுகளுக்கு ஏற்றவாறு நமக்குக் குறுகிய மற்றும் நீடிய இலக்குகள் இருப்பது அவசியம். நமது இலக்குகள் நாம் கவனமாக இருப்பதற்கும், சரியான முறையில் செயலாற்றுவதற்கும் உதவி நமது தன்மானத்தை வளர்க்கும்.

தன்மானத்தை இழப்பதை தவிர்த்தல்:

தன்னம்பிக்கை இல்லையெனில் உங்களுக்குத் தெரியாத விஷயங்களை கையாளாதிருங்கள். (தன்னம்பிக்கை இருந்தால் தெரியாத விஷயத்தையும் முயற்சி செய்யலாம்)

நம் அனைவருக்கும் நமது வாழ்வில் நமக்குத் தெரிந்த, நமது திறனுக்குள் அடங்கிய காரியங்களில் அதைக் கையாளுவதற்கான தன்னம்பிக்கை இருக்கும். இருப்பினும், நாம் நம்மையே தகுதியானவர் என நிரூபிக்கவோ,

நமது திறனைத் தாண்டிச் சாதிக்க நினைக்கும் பொழுதோ, சில நேரங்களில் நமக்கு மிகையான நம்பிக்கை இருப்பதும் உண்டு, அது சில வேளைகளில் பலன் அளிக்கும், ஆனால் நாம் தாழ்மையாக இருப்பது அவசியம், நமது திறனுக்கு மிகுந்த காரியங்களை முடியாது என ஒற்றுக்கொள்வதும், இல்லையெனில் முடிந்த வரை முயல்கிறேன் என்பதும் சிறந்ததாகும். நமக்குத் தவறான நம்பிக்கை இருக்கும் பொழுதும், நம்மை நாமே போலியாக உயர்த்திக்கொள்ள நினைக்கும் பொழுதும், மற்றவருடைய இகழ்ச்சிக்கு உட்பட்டு தன்மானத்தை இழக்க நேரிடும்.

நீங்கள் ஆளுகை செய்ய வேண்டியவை, உங்களை ஆளுகைக்க விடாமல் பார்த்துக்கொள்ளுங்கள்

நம்மைச் சுற்றி உள்ள காரியங்களில் நமக்கு நிறைய வரையறைகளும், வழி முறைகளும், நேரடியாகவோ மறைமுகமாகவோ நமக்கு உதவியாய் இருக்கிறது. நிறைய நேரங்களில் ஒரு காரியத்தை எப்படியாகக் கையாள வேண்டுமோ, அப்படியே கையாள வேண்டும். நாம் ஒரு காரியத்தில் உடல் அல்லது மனதால் சார்ந்திருப்பது ஏமாற்றத்தைத் தரும், அது உணர்வுள்ள வாழ்வாய் இருக்காது. நாம் மிகவும் முக்கியமில்லாத சில விஷயங்களை நமக்கு எஜமானனாக வைத்திருப்பதால், தன்மானத்தை இழக்க நேரிடும்.

உங்களை மகிழ்ச்சியாக வைத்துக்கொள்ளுங்கள், எவரும் உங்கள் மகிழ்ச்சியை திருடவிடாதிருங்கள்

நம் ஒவ்வொருவரும் நம் வாழ்வில் கொண்டிருக்கும் தேர்வுகளுக்கு நாமே பொறுப்பாளிகளாய் உள்ளோம். முழுமையாக அழிந்தவற்றிலிருந்து சிறு விஷயத்தையாகிலும் நம்மால் பெற முடியாது, அது மிக மோசமாக பாதித்த உணர்வுரீதியான காரியமானாலும் அதை பற்றி கவலைக்கொள்வது காரணமற்றதாகும். சந்தோசம் என்பது அறிவு சார்ந்தது அல்ல உணர்வு சார்ந்தது என்பதை மறுக்கமுடியாவிட்டாலும், நாம் காரணத்தோடு உணர்வைச் செலுத்துவதன் மூலம் கடின காலங்களிலும் சந்தோஷமாக இருக்க முடியும், உலகில் எந்த மூலையில் உள்ள எந்த நபராலும் நமது சந்தோஷத்தைத் திருட முடியாது, இது தன்மானத்தையும் காக்கும்.

உங்களது சூழலுக்கு நீங்களே பொறுப்பு, அது உங்களை ஆட்கொள்ளாதபடி தேர்ந்தெடுங்கள்.

நம் அனைவருக்கும் நிறைய நண்பர்கள் மற்றும் உறவினர்கள் உள்ளனர். நம்மைச் சுற்றி வெவ்வேறு நபர்களும் உள்ளனர். நம்மைச் சுற்றி உள்ள நபர்களால் நம்முடைய சூழ்நிலைகள் மாறுப்பட்டாலும், நாமே அதைத் தேர்ந்தெடுக்கின்றோம். அது நம்மைப் பாதிக்காதபடி தேர்ந்தெடுப்பது அவசியமாகும்.

தவறுகளிலிருந்து கற்றுக்கொள்ளுங்கள், அதைத் திரும்பச் செய்யாதிருங்கள். நீங்கள் அறிந்தும் அறியாமலும் ஒரு சில வழிகளில் அதில் ஈடுபட்டு இருக்கின்றீர்கள்.

நிறைய காரியங்களில் நாம் தெரிந்தோ தெரியாமலோ ததும்ப வாய்புகள் உள்ளன. நாம் நமது தவறுகளிலிருந்து கவனத்துடனும், விழிப்புடனும் காரியங்களைக் கற்று, நமக்கு எதிர்மறை விளைவுகள் தரும் காரியங்களைத் தவிர்க்க வேண்டும்.

உங்கள் மனதையும், சிந்தனையையும் ஒருங்கிணைத்து, வேண்டிய நேரத்திற்கு ஏற்றவாறு உங்களை மாற்றிக்கொள்ளுங்கள்

நம்முடைய முயற்சிகள் வீணாகும் சூழ்நிலைகளிலிருந்து நாம் விலக வேண்டும். சூழ்நிலைகளுக்கு ஏற்றவாறு நம்மை மாற்றிக் கொள்வதை, நம்முடைய உணர்வுகள் சிந்தனைகள் மூலம் கவனத்தில் கொள்ள வேண்டும்.

தன்மானத்தில் வெற்றிப்பெறுதல்

உங்களையே தெரிந்துக்கொள்ளுங்கள்

உங்களுக்கு தெரிந்ததைச் செய்யுங்கள்

நீங்கள் செய்ய விரும்புவதை கற்றுக்கொள்ளுங்கள்

நீங்கள் செய்ய வேண்டியதை தெரிந்துக்கொள்ளுங்கள்

சரியான நேரத்தில் அதைச் செய்யுங்கள்

நீங்கள் எப்படி இருக்க வேண்டியிருக்கிறதோ அப்படியே இருங்கள்

நமது மனதிலும் சிந்தனையிலும், கீழே உள்ள வாக்கியத்திலுள்ள உறுதியை ஏற்போம்

"நான் இது முதல் எனக்கு சிறந்ததையே செய்வேன்"

ஏனெனில் "ஒருவரின் தன்மானம் தாக்குதலுக்கு, அழிவிற்கு, கடுமையான கேலிக்கு உட்படலாம், ஆனால் ஒருவர் சரணடையாதவரை அதை யாராலும் எடுத்துக்கொள்ள முடியாது" என்பது எப்பொழுதும் உண்மையாய் இருக்கிறது.

2. ஆள்களுக்கிடையிலான திறன்கள்

(ஒருவரோடொருவர் சிறந்த முறையில் தொடர்புக் கொள்ள உதவும் திறன்)

இந்த உலகில் எவராலும் எல்லாவற்றையும், மற்ற மனிதர்களையும் விடுத்து தனிமையாக இருக்க முடியாது. சிலர் மனிதர்கள் தங்கள் வாழ்வில் சூழ்ந்துள்ள மனிதர்களால் ஏற்பட்ட கசப்பினால் கஷ்டங்களினால் அவ்வாறு கூறினாலும், அவர்களால் அதை செய்ய முடியாது. நாம் சக மனிதர்கள் இல்லாமல் காரியங்களை வெளிப்படுத்த இயலாத படி, சிறப்பம்சமும் தன்மையும் உடையவர்கள். நாம் ஒவ்வொருவரும் நிறைய மனிதர்களை தினந்தோற வாழ்வில் கடந்து வருகிறோம், எனினும் நாம் அனைவரிடமும் ஒரே மாதிரி நடந்துக் கொள்வதில்லை. நாம் தற்காலிக காரியத்திற்கும் செயலுக்கும் மிகவும் மேலோட்டமாக உறவுக் கொள்கிறோம், தொடர்ந்து பழகுபவர்களிடம் சாதாரண முறையில் நெருக்கமான உறவு கொள்கிறோம். நாம் வாழ்வு முழுவதும் தொடரக்கூடிய உறவுகளை குடும்பம், நண்பர்கள், உறவினர்கள் மூலம் பெறுகிறோம். மற்றும் மேலோட்டமான உறவினை கல்வி கூடங்கள், வேலையிடம், சந்தை, போக்குவரத்து நிலையங்கள் போன்ற இடங்களில் பெறுகிறோம்.

தனித்துவமுள்ள குணநலன்கள்

நாம் ஒவ்வொருவரும் நம்முடைய விருப்பங்களில் தனித்துவமுள்ளவர்களாய் உள்ளோம்

இந்த உலகில் எப்படியாக நாம் ஒவ்வொருவரும் காரியங்களை பார்க்கிறோம் என்பது தனித்துவமானதாகும், அதை பொறுத்தே நமது ஆர்வங்களும் அமைந்திருக்கிறது. மற்றும் நம் ஒவ்வொருவருடைய விருப்பங்களும் கூட பரவலாக வேறு[ப்படுகிறது. இந்த தனித்துவங்களே உலகை முழுமையானதாகவோ, சிக்கலானதாகவோ உருமாற்றி நமக்கு நிறைய வாய்ப்புகளை ஏற்படுத்திக்கொடுத்திருக்கிறது.

நாம் ஒவ்வொருவருக்கும் தனிப்பட்ட அறிவும் அனுபவமும் உள்ளது

நம்மிடையே அறிவு, அனுபவம், கல்வி, திறன் முதலியவற்றின் அடிப்படையில் நிறைய வேற்றுமைகள் இருந்தாலும் ஒவ்வொருவரும்

மற்றவருக்கு ஏதாவது வகையில் உபயோகமாக இருக்க முடியும். சில விஷயம் ஒரு தனிப்பட்ட நபருக்கு மாத்திரமே தெரிந்திருக்கும். ஒருவரும் மற்றவருடைய சிந்தனையை, செயல்களை, நடக்கையை அப்படியே பின்தொடர முடியாது. ஒரு நபரின் தனிப்பட்ட அறிவைவும் அனுபவத்தையும் உலகில் எந்த நபருடைய அறிவினோடும் ஒப்பிட முடியாது.

நாம் ஒவ்வொருவரும் நமக்கே உரிதான சூழ்நிலையை சந்திக்கின்றோம்

நாம் வாழ்வில் சந்தோசம், சமாதானம், வறுத்தம், வெறுப்பு முதலிய வெவ்வேறு சந்தர்ப்பங்களை சந்திக்கிறோம், ஒவ்வொருவருடைய சூழ்நிலைகளும் தனித்துவமிக்கதாய் உள்ளது. நிறைய நேரங்களில் நம்மால் சூழ்நிலைகளை கட்டுப்படுத்தவோ மாற்றி அமைக்கவோ முடிவதில்லை, ஆனால் நாம் எப்படி அதற்கு மருவுத்தரவு தருகிறோம் என்பதை எப்பொழுதும் கட்டுப்படுத்த, மாற்றி அமைக்க முடியும்.

நாம் ஒவ்வொருவரும் நமக்குரிய கலாச்சாரம், கல்வி, குடும்பம், சமூகம் மற்றும் பிற பின்ணணிகளை கொண்டுள்ளோம்.

ஒரு மனிதரும் மற்றவருடைய மரபுவழி இடத்தை எந்த சூழலிலும், குடும்ப பின்னணியினாலும், சமூக பின்னணியினாலும் நிரப்ப முடியாது. ஒவ்வொருவரும் தங்கள் குழுவினரோடு பகிர்ந்துக்கொள்ளும் கலாச்சாரம், கல்வி மற்றும் மற்ற பின்னணிகள் தனித்துவமானவைகள்.

நாம் ஒவ்வொருவரும் மற்றவருக்கு ஏதாவது விதத்தில் பங்காளிகளாய் இருக்கின்றோம்.

ஒன்று அல்லது மேற்பட்ட விதங்களில் நாம் மற்றவர்களோடு இணைந்திருக்கின்றோம். இந்த உலகில் எவராலும், 'நான் தனிப்பட்ட வாழ்க்கை வாழ்கிறேன், எனக்கு யாரும் தேவை இல்லை' என்று சொல்ல முடியாது. நம் வாழ்வில் நிறைய தேவைகளுக்கும், ஆசைகளுக்கும் ஒருவரை ஒருவர் சார்ந்து இருக்கின்றோம். நாம் பேசுவதும் செயல்படுவதும் மற்றவர்களால் கவனிக்கப்படுகிறது, அது மற்றவர்களை கட்டக்கூடியதாகவோ அளிக்க கூடியதாகவோ இருக்கலாம்.

ஆள்களுக்கிடையிலான திறன்கள் என்றால் என்ன?

ஆள்களுக்கிடையிலான திறன்கள் என்பது நாம் ஒருவரோடொருவர் தனியாகவோ, குழுவாகவோ தொடர்புக்கொள்ள தினந்தோறும் பயன்படுத்தும் வாழ்வியல் திறன்கள்

மனிதர்களாக நாம் ஒவ்வொருவரும் மற்றவரோடு இடையிடுகிறோம். தனிப்பட்ட நபரோடோ, குழுவினரோடோ முறையான, வழுவான தொடர்பு இருக்க வேண்டுமானால் ஆள்களுக்கிடையிலான திறன்களை வளர்த்துக்கொள்வது அவசியமாகும். இந்த திறன்கள் நாம் எப்படி பேசுகிறோம், நடக்கிறோம், மறு மொழிகிறோம் என்பதை விவரிக்கும்.

ஆள்களுக்கிடையிலான திறன்கள் உள்ளவர்கள் தனிப்பட்ட வாழ்விலும், தொழில்முறை வாழ்விலும் வெற்றியுள்ளவர்களாய் இருப்பர்.

ஆஸ்தியும், உடல் நலமும் மாத்திரம் ஒரு மனிதனை தன்னுடைய தொழில் மற்றும் தனிப்பட்ட வாழ்வில் வெற்றியடைய செய்வதில்லை. கருத்தியலான குணங்களான நம்பகத்தன்மை, நற்குணம், பொறுமை, பொறுப்பு முதலியன நம் வாழ்வில் நாம் வெற்றி பெற தேவையானதாகும். இவை அனைத்திற்கும் ஆள்களுக்கிடையிலான திறன்கள் மிகவும் அவசியமாகும்.

நாம் மற்றவர்களோடு எப்படி தொடர்புக்கொள்கிறோம் என்பதை குறித்து விழிப்புடன் இருக்கும் பொழுதும், பழக்கத்தினாலும் ஆள்களுக்கிடையிலான திறன்களை மேம்படுத்த முடியும்.

ஆள்களுக்கிடையிலான திறன்கள் மரபு வழி திறன்கள் இல்லை, நாம் ஒருவரோடொருவர் இடையீடு செய்து அவர்கள் வாழ்வில் ஏற்ற, ஏற்றுக்கொள்ளப்படக்கூடிய வகையில் ஈடுபடும் பொழுது வளரக்கூடியவை. நாம் ஒருவரோடொருவர் வெவ்வேறு சூழ்நிலைக்கு ஏற்றார் போல எப்படி தொர்டர்புக்கொள்ளவேண்டும், எப்பொழுது தொடர்புக்கொள்ள வேண்டும் என்பதை தெரிந்துக்கொள்வது அவசியமாகும்.

நம்மை சுற்றியுள்ள உறவுகள்:

நம்மை சுற்றி நிறைய அழகான உறவுகள் உள்ளன.

இந்த உலகில் எவரும் வானிலிருந்து நேரடியாக இந்த உலகிற்கு வரவில்லை. எல்லோரும் மரபு வழியாக நிறைய உறவுகளை பெற்றிருக்கிறோம். ஒரு நபர் தவிர்க்க முடியாத காரணங்களால் மரபு வழி சார்ந்த உறவுகளை இழந்திருந்தாலும், மற்ற உறவுகளை ஆள்களுக்கிடையிலான திறன்கள் மூலம் பெற இயலும்.

உறவுகளில் எந்த ஒரு எதிர்பார்ப்பும் யோசனையும் இல்லாமல் பொருள் மற்றும் கருத்து சார்ந்த காரியங்களை பகிர்ந்துக்கொள்கிறோம்.

நாம் ஒருவரோடு கூட உறவில் இருக்கிறோம் என்பதை பொருள் சார்ந்த மற்றும் உணர்வுகள் சார்ந்த காரியங்களை பகிர்வதன் மூலம் தான் வெளிபடுத்த முடியும். உணர்வு சார்ந்த காரியங்களாவன அன்பு, அக்கறை, பாசம், ஊக்கம், மற்றும் சில நேரங்களில் கோபம், வெறுப்பு முதலியன. பொருள் சார்ந்த காரியங்களாவன வீடு, பணம் மற்றும் அனைத்து பொருள் சார்ந்த விஷயங்கள்.

எப்பொழுது நேர்த்தியான தொடர்பும், ஒருவரோடொருவர் ஒற்றுப்போகுதலும், ஒரு மனநிலைப்பாடும், இருக்குமோ அப்பொழுதுதான் உறவுகள் நிலைத்திருக்கும்.

எல்லா உறவுகளும் உயிரோட்டத்துடன் நிலையாய் இருப்பதற்கு தகவல்களை கொடுப்பதும், பெற்றுக்கொள்வதும் அவசியமாகும். சந்திப்பதிலும் தொடர்புக்கொள்வதிலும் இடைவெளி இருக்கும் பொழுது, உறவுகளின் வீரியமும் குறைந்துப்போகும். மற்றும், ஒருவரோடொருவர் சில காரியங்களில் ஒற்றுக்கொள்ளாத பொழுதும், உறவுகள் நிலை நிற்பதில்லை. ஒரு மனப்பாண்மை பொதுவான நோக்கத்துடன் உறவுகளில் நாம் முன்னேற உதவுகிறது.

ஆள்களுக்கிடையிலான திறன்களின் அவசியம்

ஆள்களுக்கிடையிலான திறன் நம்முடைய உணர்வுகளையும், சிந்தனைகளையும், பொருட்களையும் ஒருவரோடொருவர் பகிர்ந்து தன்னிலையை நிலைநிறுத்த மிகவும் அவசியமாகும்.

எல்லா உணர்வுகளையும் , சிந்தனைகளையும் மற்றொரு நபர் இல்லாமல் சிறந்த முறையில் வெளிப்படுத்த முடியாது. காரியங்களை வெளிப்படுத்த மற்ற மக்கள் மிகவும் அவசியம். ஆள்களுக்கிடையிலான திறன்கள்

மற்றவர்கள் நேர்மறையாக நம்முடைய உணர்வுகளுக்கும், சிந்தனைகளுக்கும் செவிக்கொடுக்க அவசியமாகும். உலகில் உள்ள அனைத்து பொருள்களும் வாழ்வை சுலபமாக்க மக்களுக்காக தான் உருவாக்கப்பட்டும், மாற்றம்

நாம் மனிதர்களாக ஒரு சமூகமாக இருக்கிறோம். நாம் தனியாக இருக்க உட்பட்டால் அதில் அர்த்தம் ஒன்றும் இல்லை.

தனியாக இருப்பதனால் எந்த மனிதரும் வாழ்விற்கு அர்த்தம் தர முடியாது. சில தோல்விகளையும் கஷ்டங்களையும் சந்தித்த பிறகு நிறைய பேர் தனிமையாக வாழ வேண்டும் என்று எண்ணுவர். அது மிக மிக கடுமையான காரியம். ஏனெனில் நாம் நம் வாழ்வில் ஒருவரை ஒருவர் நேரடியாகவோ மறைமுகமாகவோ சார்ந்திருக்கின்றோம்.

எல்லோரும் எல்லா இடங்களிலும், எல்லா நேரங்களிலும் மக்களை கடந்து வருகிறோம்.

எல்லா இடங்களிலும் மக்களே சிறந்த வளங்களாக உள்ளார்கள். மக்கள் உலகின் அனைத்து இடங்களிலும் எப்பொழுதும் இருக்கிறார்கள், நாம் மக்களை வீட்டிலிருந்து பொது இடம் வரை எல்லா இடங்களிலும் காண முடியும்.

வீடாயினும், கல்வி/ வேலையிடமாயினும், சந்தைகளாயினும், நம்மைசுற்றி மக்கள் இருக்கிறார்கள்.

நாம் எல்லாவற்றையும் விடுத்த கடுமையான வாழ்வை தேர்ந்தெடுத்தாலும், நாம் எல்லா மக்களையும் விடுத்து தனிமையான இடத்தையே பற்றி இருக்க முடியாது. நாம் விலகி சென்றாலும் கூட, நாம் ஒருவரை ஒருவர் சார்ந்திருக்கின்றபடியால் சில மக்கள் நம்மை பின்தொடர்வார்கள்.

நம்முடைய உணவும், பொருட்களும், கல்வியும், மருத்துவமும் எளிதாக கிடைப்பதற்கு, நாம் ஒருவரை ஒருவர் சார்ந்திருக்கின்றோம்.

ஒரு மனிதன் முதிர்ச்சியை அடைந்த பிறகு தனிமையான ஒரு காட்டின் குகையில் வாழ வேண்டும் என்று விரும்பினால், அவர் அவருடைய அனைத்து தேவைகளையும் தாமாகவே சந்திக்க வேண்டியிருக்கும். அந்த

கடுமையான காரியத்தை ஒருவர் ஏற்றாலும், அவர் தம் வாழ்வினை வெறுத்து முக்தியடைய விரும்புவார்.

ஆள்களுக்கிடையிலான திறன்களை பாதிக்கும் காரணிகள்:

தனிப்பட்ட காரணிகள்:

கடந்த கால அனுபவங்கள், நிகழ்கால சூழ்நிலைகள், வருங்கால எதிர்ப்பார்ப்புகள் போன்றவை ஆள்களுக்கிடையிலான திறன்களை பாதிக்கும்.

நம்மை சுற்றி நடக்கும் எதுவும் ஒரு விபத்தல்ல, கடந்த காலத்தில் நடந்த ஒவ்வொரு காரியமும் நாம் நிறைய நேர்மறை மற்றும் எதிர்மறை காரியங்களை நம்மிடமிருந்து நாமே கற்க உதவுகிறது, ஆனால் நிறைய நேரங்களில் நாம் தவறான தீர்மானங்களை எடுத்துவிடுகிறோம். நாம் மற்றவர்களோடு எவ்வாறு தொடர்புக்கொள்ள வேண்டும் என்று விரும்புகிறோம் என்பதை கடந்த கால அனுபவங்களும், நிகழ் கால உணர்வுகளும், வருங்கால எதிர்ப்பார்புகளும் பெரிய அளவில் பாதிக்கிறது.

சமூக காரணிகள்

கலாச்சார பழக்கங்கள், கலாச்சார பழக்கங்கள், குடும்ப சூழ்நிலை, வேலை இடத்தின் சூழல் முதலியன ஆள்களுக்கிடையிலான திறன்களை பாதிக்கும்.

நேராகவோ மறைமுகமாகவோ நம்முடைய குடும்பத்திலும், வேளையிலும் புகுத்தப்பட்ட கலாச்சாரம் சார்ந்த காரியங்கள், நாம் எப்படி பேசுகிறோம், செயல்படுகிறோம், எப்படி தோன்றுகிறோம் என்பதை பெரிதும் பாதிக்கிறது. நம்முடைய வீடு மற்றும் வேலையிடங்களில் உள்ள விதிகளும், நடைமுறைகளும் நம்முடைய வாழ்க்கை முறையையும் உறவுகளையும் பாதிக்கிறது.

பொருளியில் காரணிகள்

பொருள் சார்ந்த சூழ்நிலைகள், ஆளுகைத்தன்மை, மற்றும் செல்வம் போன்றவை ஆள்களுக்கிடையிலான திறன்களை பாதிக்கும்.

பணம் தினந்தோற வாழ்விற்கு பெரிதும் அவசியமாகும். அது நம் வாழ்வின் அனைத்து நிலைகளிலும் எதாவது காரியத்தை பெறுவதற்கு அவசியமாக இருக்கிறது. நாம் வகிக்கும் ஆளுகைத்தன்மையும், பொறுப்பும் கூட நாம் சிறந்த முறையில் செயலாற்ற உதவுகிறது. எனவே ஒரு மனிதர் எப்பொழுது மனிதர்களை விட அதிகமாக பொருளை தேர்ந்தெடுக்கிறாரோ, அப்பொழுது ஆள்களுக்கிடையிலான உறவுகள் பாதிக்கப்படும்.

முரண்பாடுகளை கையாளுதல்

ஒரு நபர் ஒற்றுக்கொள்ளக்கூடிய காரியங்களில் பொறுமையாக இருக்க வேண்டும். ஒற்றுக்கொள்ள முடியாத பட்சத்தில், வேறுப்பட்டிருக்கும் காரியங்களை எடுத்துரைத்து, விலகிக்கொள்ளலாம்.

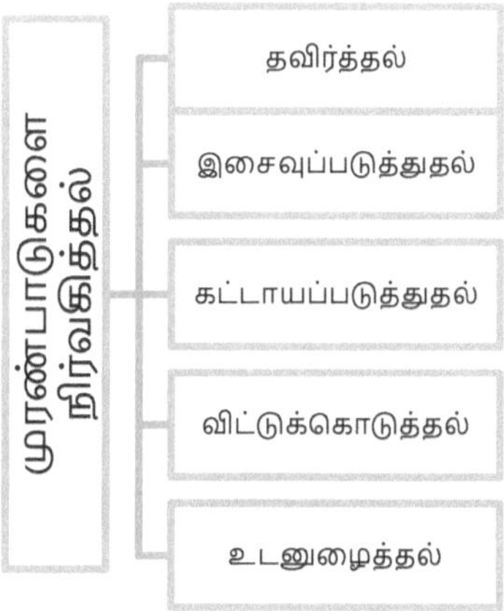

நாம் நிறைய நேரங்களில், நாம் மாத்திரம் சிறந்தவர்கள் என்றெண்ணி மற்றவர்களின் யோசனைகளை தவிர்க்கிறோம். மற்றவருடைய யோசனையை அறிவதற்கு பொறுமை மிகவும் அவசியம். நாம் எல்லா நேரங்களிலும் பொறுமையாக இருக்க வேண்டியதில்லை, ஆனால் ஒற்றுக்கொள்ளக் கூடிய காரியங்களிலாவது பொறுமையாக இருப்பது அவசியம். சில காரியங்கள் நிச்சயம் ஏற்றுக்கொள்ள கூடிய வகையில் இருப்பதில்லை, அதனால் ஏன் அதை ஏற்றுக்கொள்ள முடியாது என்ற காரணத்தை உரைத்து அதை தடைசெய்வது அவசியமாகும்.

ஒரு நபர் மற்றவருடைய சிந்தனைக்கு செவிக்கொடுத்து அதற்க்கு முக்கியத்துவம் அளிப்பது அவசியம்

மற்றவர்களுடைய சிந்தனைக்கு செவிகொடுப்பதற்கு பொறுமை மிகவும் அவசியம், அது கடினமும் கூட, எல்லா நேரங்களிலும் மற்றவர்களுடைய சிந்தனை நம்மோடு ஒற்றுப்போவதில்லை. அதனால் எப்பொழுதும் மற்றவர்களுடைய கருத்துக்கள் மதிப்பில்லாததாக இருக்கும் என்று அர்த்தமில்லை. எல்லோரும் தங்களை மேம்படுத்திக் கொள்வதற்கான

காரியங்கள் உள்ளன, ஒவ்வொருவருக்கும் மற்றவருக்கு தெரியாத ஒரு சில காரியங்கள் நிச்சயம் தெரிந்திருக்கும். எனவே சில காரியங்களை யோசிப்பதற்கும், தெரிந்துக்கொள்ளுவதற்கும், ஒருவரை ஒருவர் சரிசெய்ய, ஊக்கப்படுத்த, மற்றவர்களுடைய சிந்தனைக்கு யோசனைக்கு செவிக்கொடுப்பது அவசியமாகும்.

ஒரு நபருடைய தவறுகளை தனிப்பட்ட முறையில் சரி செய்ய முடியும். நிறைய நேரங்களில் நம் பார்வைக்கு மற்றவர்கள் உயர்வாக தெரியவில்லை என்றாலும் மற்றவர்களை மேன்மையாக கருதலாம்.

உலகில் தவறுகள் இல்லாத மனிதரே இல்லை, எனவே ஒருவரை ஒருவர் எப்பொழுதும் சரி செய்வது அவசியம். ஒவ்வொரு மனிதரும் தவறு செய்திருந்தாலும் நான் என்ற முனைப்பு, அவர்கள் தங்களையே தற்பாதுக்காக்க செய்கிறது. தவறுகளை அனைவர் முன்னிலையிலும் சரிசெய்வதை விட, தனிப்பட்ட முறையில் சரி செய்வது அதிக சிறந்ததாகும். நாம் ஒவ்வொருவரும் நிறைய பேரை விட சிறந்தவர்களாக இருப்பினும், மற்றவர்களை சிறந்தவர்களாக கருதி, அவர்களுக்கு செவிக்கொடுப்பது, நம்மை மேம்படுத்திக்கொள்ள, ஆள்களுக்கிடையேயான திறன்களை வளர்த்துக்கொள்ள உதவும்.

மற்றவர்கள் புண்படக்கூடிய காரியங்களில் நுழையாமலும், புறம் கூறாமலும் இருக்க வேண்டும்.

நிறைய உறவுகளில் பிளவு ஏற்பட காரணம், மக்கள் தொடர்ந்து மற்றவர்களுடைய செயல்களில் இடையிட்டு, அவர்களுக்கு பிடிக்காத வகையில் அவர்களுடைய தனிப்பட்ட காரியங்களை தடை செய்வதேயாகும். சில நேரங்களில் ஒரு நபர் தன்னுடைய பலவீனங்களையும், தடைகளையும் ஒருவருக்கொருவர் இடையியே ரகசியமாக அது இருக்கும் என்று நம்பிக்கையினால் பகிர்வதுண்டு, ஆனால் அந்த நம்பிக்கை உடையும் பொழுது, உறவுகள் உடையும், மற்றும் அதை சரி செய்வது கடினமாகும்.

ஆரோக்கியமில்லாத வகையில் தொடர்புகொள்வதை தவிர்க்க வேண்டும்.

தொடர்புக்கொள்வது என்பதில் ஒருவரோடொருவர் யோசனைகளையும், சிந்தனைகளையும், பகிர்ந்து கொள்வது அடங்கும். தொடர்புக்கொள்வது

சொல் சார்ந்ததாகவோ, சொல் சார்ந்திராததாகவோ இருக்கலாம். சொற்களோ செயல்களோ சில நேரங்களில் எதிர்மறையாக, இரட்டிப்பாக எடுத்துக்கொள்ள கூடிய வகையில் இருக்கலாம். அந்த மாதிரியான ஆரோக்கியமில்லாத தொடர்புக்கொள்ளுதல், நிறைய மக்களை பாதிக்கும், சில நேரங்களில் துன்புறுத்தும். ஆட்களுக்கிடையேயான உறவுகள் ஆரோக்கியமாக இருப்பதற்கு தகுதியாயிராத வார்த்தைகளையும் செயல்களையும் தவிர்ப்பது அவசியமாகும்.

மற்றவர்களை அன்போடும் மரியாதையோடும் நடத்துங்கள்.

மற்றவர்களை கவர, அவர்களுக்கு பிரியமாய் நடக்க நிறைய வழிகள் உள்ளன, பொய் முகங்களையும் கூட காண்பிக்கலாம். ஆனால் அந்த பொய் முகங்கள் நிலைத்திருப்பதில்லை, எப்பொழுது வேண்டுமானாலும் களைந்து போகும், இல்லையெனில் அந்த உறவினை கட்ட முடியாமலும் போகலாம். எப்பொழுது ஒரு நபர் மற்றவரை நேசித்து, மரியாதை கொடுக்கின்றாரோ அப்பொழுதுதான் உண்மையான, நம்பகத்தன்மையுள்ள உறவுகள் இருக்கும்.

உங்களுடைய வார்த்தைகள், செயல்கள், நடக்கைகளில் கவனமாயிருங்கள்.

நம்முடைய வார்த்தைகளும், செயல்களும் தொடர்புக்கொள்ளுதலில் அதிக முக்கியத்துவம் வாய்ந்தவை. அவை இரண்டும் நம்முடைய நடக்கையின் வெளிப்பாடு, நடக்கை நம்முடைய மனப்பான்மையை பொறுத்துள்ளது. நம்முடைய மனப்பான்மை நமக்குள் இருந்தாலும், நம்முடைய வார்த்தைகளும், செயல்களும், வெளியரங்கமாய் உள்ளன. நம்முடைய மனப்பான்மையை நாம் சரி செய்யும் பொழுது, நம்முடைய வார்த்தைகளும், செயல்களும், நடக்கையும் சரியாகும். பிரச்சனைகளை சமாளிக்க, ஆரோக்கியமான ஆட்களுக்கிடையேயான உறவுகள் இருக்க, ஒருவருக்கொருவர் இடையேயுள்ள நம்முடைய வார்த்தைகளையும், செயல்களையும், நடக்கையையும் கட்டுப்படுத்துவது அவசியமாகும்.

ஆட்களுக்கிடையேயான திறன்களின் முக்கியத்துவம்:

ஆட்களுக்கிடையேயான திறன்கள் ஆட்களுக்கிடையேயான பிரச்சனைகளை தீர்க்க உதவும்.

ஒவ்வொருவரும் நமக்கே உரிதான பல யோசனைகளையும் முன்னுரிமைகளையும், நம்முடைய சூழ்நிலைக்கேற்றவாறு பெற்றுள்ளோம். அது சில நேரங்களில் உறவுகளுக்கு மத்தியில் பிளவு ஏற்படுத்தும். ஒவ்வொருவரையும் புரிந்துகொள்ளுதல் ஆட்களுக்கிடையேயான திறனாகும், அது தினந்தோறும் மனிதர்களுக்கு இடையே ஏற்படும் பிரச்சனைகளை தீர்க்க உதவும்.

ஆட்களுக்கிடையேயான திறன் நம்முடைய குடும்பத்தில், படிப்பு/ வேலை இடத்தில், மற்றும் பொது இடங்களிலும் கூட ஆரோக்கியமான உறவை வைத்துக்கொள்ள உதவும்.

நாம் மற்றவர்களோடு நல்ல முறையில் நடந்துக்கொள்ளும் பொழுதுதான் அவர்களும் நம்மிடத்தில் நல்ல முறையில் நடந்துக்கொள்வார்கள். எல்லோரும் தங்களை மற்றவர்கள் அன்போடும், மரியாதையோடும் நடத்த வேண்டும் என விரும்புவார்கள், ஆனால் நிறைய நேரங்களில் அவர்கள் மற்றவர்களை அப்படி நடத்துவதில்லை. ஆட்களுக்கிடையேயான திறன்கள் ஒரு நபர் மற்றவர்களை தங்களிலும் மேன்மையாக கருத உதவுகிறது, மற்றும் நாம் குடும்பத்தில், சமூகத்தில், பொது வாழ்வில் நல்லவர்களாக இருக்க உதுவுகிறது.

ஆட்களுக்கிடையேயான திறன்கள் நம்மை விஷேஷித்தவர்களாக்குகிறது, ஏனெனில் அங்கீகாரத்திற்கு, பதவிக்கு, பொருளுக்கு, கடுமையாக உழைப்பது மக்களால் அங்கீகரிக்கப்படவே.

உலகில் நிறைய மக்கள் பொருள் சார்ந்த அல்லது பொருள் சார்ந்திராத காரியங்களான அங்கீகாரம், பதவி, பொருள் போன்ற காரியங்களுக்காக பரிதவிப்பது அதினுடைய சாரத்தினால் அல்ல, அவை மக்களிடையே பெற்றுள்ள வரவேற்பினால். ஆட்களுக்கிடையேயான திறன்கள் ஆட்களுக்கிடையேயான திறன்களால் பராமரிக்கப்படுகின்றன, அதுவே நாம் அங்கீகாரம், பதவி, பொருள் போன்றவற்றை பெற ஊக்குவிக்கின்றன.

ஆட்களுக்கிடையேயான உறவுகளை சிறந்த வகையில் வளர்த்துக்கொள்ள ஆட்களுக்கிடையேயான திறன்கள் உதவுகின்றன.

உறவுகளில் ஒருவரோடொருவர் தொடர்ச்சியாக தொடர்புக்கொள்வது அவசியம். நம் தினந்தோற வாழ்வில் நிறைய மக்களோடு நாம் உறவில் நிலைத்திருப்பதில்லை, ஏனெனில் அவர்களோடு தொடர்ந்து நாம் தொடர்புகொள்வதில்லை. எல்லா உறவுகளும் கவனமான முறையில் கையாளப்படும் பொழுதுதான், அது ஆரோக்கியமான முறையில் இருக்கும். நாம் உறவுகளில் சிறந்து விளங்க ஆட்களுக்கிடையிலான திறன்கள் தேவை.

பயனுள்ள ஆட்களுக்கிடையேயான உறவுகளுக்கு வழிமுறைகள்:

சிறந்த ஆட்களுக்கிடையேயான உறவுகளுக்கு சிறந்த முறையில் தொடர்புக்கொள்ளுதல் (சொற்கள் சார்ந்தது, சொற்கள் சார்ந்திராதது) அவசியமாகும்.

தொடர்புக்கொள்ளுதலில் வெறும் வார்த்தைகள் மாத்திரம் இருப்பதில்லை, செயல்களும் அடங்கும். சில நேரங்களில் நாம் வார்த்தைகளில் உண்மையுள்ளவர்களாய் இருந்தும், செயல்களில் தவறுகிறோம். நாம் சொல்லும் காரியங்களை செய்யாமல் இருப்பதால், மற்றவர்களின் பார்வையில் நம் மதிப்பை இழக்கிறோம். சரியான தொடர்புக்கொள்ளுதல் சொல் சார்ந்த, சொல் சார்ந்திராத காரியங்கள் ஒன்றுசேர்ந்ததாய் இருக்கிறது, அது ஆட்களுக்கிடையேயான உறவுகள் நல்ல முறையில் இருக்க ஆரோக்கியமான வழியில் உதவுகிறது.

மற்றவர்களின் நிலையிலிருந்து காரியங்களை புரிந்து, சாமர்த்தியமாக கையாள வேண்டும்.

செயல்களாலும் வார்த்தைகளாலும் கூடிய எல்லா மறுமொழிகளும் ஏற்றுக்கொள்ளப்பட வேண்டியதில்லை. மற்றும் நம்முடைய பார்வைக்கு விசித்திரமாக அல்லது வித்தியாசமாக தெரிகிற காரியங்களை சில மனிதர்கள் சொல்லும் செய்யும் சூழல்களும் இருக்கும். மற்றவர்களுடைய நிலையிலிருந்து யோசித்து அவர்கள் என்ன அர்த்தம் கொள்கிறார்கள் என்பதை புரிந்து, அதை தெளிவுப்படுத்திக் கொள்வது அவசியமாகும், அவர்கள் மாறுப்பட்டிருக்க்ம் சூழலை சாமர்த்தியமாக கையாளுவது அவசியமாகும்.

அறம் மற்றும் நெறிமுறைகளின் படி சரியான மதிப்பீடுகளுக்காக நின்று, மற்ற காரியங்களை பொறுத்துக்கொண்டு வழி விடலாம்.

எல்லோரும் அறத்தின்படியும், நெறிமுறைகளின்படியும் சரியான மதிப்பீடுகளுக்காக நிற்பது நம்முடைய மனசாட்சிக்கு பிரியமாய் நாம் இருக்க, அனைவருக்கும் பொதுவான வரையளவு கொண்டிருக்க உதவும், இல்லையேல் ஒவ்வொருவரும் தமக்கு பிரியமான வகையில் நடந்துக்கொள்வர். ஒரு மனிதர் மதிப்பீடுகளிலிருந்து விலகும் பொழுது, அந்த நபர் இன்னும் அதிகம் விலகுவதை தவிர்க்க அவரை சரி செய்ய வேண்டும். சரிசெய்ய முடியாத நிலையில், நடந்தவற்றை புறக்கணித்து சமர்ந்தியமாக செயல்பட வேண்டும். பிரச்சனைகள் ஏற்படும் பொழுது, நல்ல முறையில் ஆட்களுக்கிடையிலான உறவுகள் இருக்க, பொறுமையை கடைபிடிக்க வேண்டும்.

ஏற்றத்தாழ்வுகள் இல்லாமல், மற்றவரை உங்களை போல் நேசியுங்கள். வேறுபாடுகளின் நிமித்தம் ஒருவரை ஒருவர் மதியுங்கள்

எல்லோரும் நாம் இருக்கும் நிலையில் தனித்துவம் உள்ளவர்களாய் இருக்கின்றோம். ஒருவருக்கொருவர் இடையே உள்ள வேறுபாடுகள் நாம் மற்றவரை கண்டு வியக்க, இயற்கையாக நாம் எப்படி ஒருவரை ஒருவர் சர்ந்திருக்கின்றோம் என்பதை புரிந்துக்கொள்ள உதவுகிறது. ஏற்றத்தாழ்வுகளால் ஒருவரை ஒதுக்குவதை விட, மற்றவரை ஏற்றுக்கொள்ளும் மனப்பான்மையும், வேறுபாடுகளை மதிக்கும் எண்ணமும் நமக்கு இருக்கும் பொழுது, நிறைய நண்பர்களை நாம் பெற முடியும். நமக்குள்ளே உள்ள வேறுபாடுகளை நாம் புரிந்துக்கொள்ள உதவும் பொழுது, வேறுபாடுகளின் மத்தியிலும் நம்மால் மற்றவரை உயர்த்த, வியக்க முடியும், நம்மை நேசிப்பது போல அவர்களையும் நேசிக்க முடியும்.

உங்களை மற்றவர்களோடு ஒப்பிடாதிருங்கள், பொறாமை கொள்ளாதேயுங்கள, மற்றவரின் சிறந்த காரியங்களை ஊக்குவியுங்கள்.

ஏதாவது வகையில் நமக்கு நெருங்கியர்களுக்காவது நாம் சிறந்தவர்களாய் உள்ளோம். நம்மை நாமே நம்மிலும் மேலானவர்களோடோ, கீழானவர்களோடோ ஒப்பிட வேண்டியதில்லை. நம்மை நாம் உயர்ந்து என்ன வேண்டும், ஒருவரை ஒருவர் ஊக்குவிக்க வேண்டும்,

ஒருவரிடத்திலிருந்து ஒருவர் கற்றுக்கொள்ள வேண்டும். நாம் மற்றவரை கண்டு பொறாமை கொள்ள வேண்டியதில்லை, அதற்கு பதிலாக, அவர்களின் சிறந்த காரியங்களை வியந்து, உயர்த்தலாம்.

ஆட்களுக்கிடையிலான திறன்களுக்கு இருக்க வேண்டிய குணநலன்கள்.

ஆட்களுக்கிடையிலான திறன்கள் நல்ல முறையில் இருக்க, ஒரு நபர் தன்னையே முதலில் தெரிந்திருக்க வேண்டும்.

உலகில் உள்ள ஒவ்வொருவருக்கும் அவர்களுடைய சூழ்நிலைக்கு ஏற்றவாறு அவர்களுடைய விருப்பங்களும் அமைந்திருக்கும். எல்லோரும் வாழ்வில் நிறைய காரியங்களை கடந்து வருகிறோம், நிறைய விதமான உணர்வுகளையும், சிந்தனைகளையும் அனுபவித்துள்ளோம். நம்முடைய வாழ்வை நாம் திரும்பிப்பார்த்து அதிலிருந்து நிறைய காரியங்களை கற்பது, முக்கியமானதுமாகும். எவ்வளவு தூறும் நம்மை நாமே ஆராய்ந்து, தெரிந்துக்கொள்கிறோமோ, அவ்வளவு தூரம் மற்றவர்களை நம்மால் புரிந்துக்கொள்ள முடியும். முதல் மற்றும் முற்றுமாய் நம்மை அறிந்துக்கொள்வது, நல்ல முறையில் ஆட்களுக்கிடையிலான உறவுகளை, ஆட்களுக்கிடையிலான திறன்களால் அதிகரிக்க முடியும்.

ஒரு நபர் மற்றவர்கள் எப்படியாக காரியங்களை பார்க்கிறார்கள் என்பதை புரிந்துக்கொள்ள முயற்சிக்க வேண்டும்.

அனைவருக்கும், நமக்கே உரிதான சிந்தனைகளும், யோசனைகளும் உள்ளன. அதை மற்றவரிடத்தில் வெளிப்படுத்தி அங்கிகாரம் பெற வேண்டும் என நினைக்கிறோம், அனைவரும் மற்றவரிடத்திலிருந்து கற்றுக்கொள்ள வேண்டிய காரியங்கள் உள்ளன. கவனிப்பது என்பது முக்கியமான திறன், அதற்கு அதிக பொறுமை தேவை. நாம் மற்றவர்களுக்கு செவிக்கொடுத்து கவனிக்கும் பொழுதுதான், அவர்களை ஒப்புக்கொள்ள முடியும். மற்றவரை ஒப்புக்கொண்டால்தான், அவர்கள் பிழையில்லாமலும் , சிறந்தவர்களாகவும் இருக்கும் பொழுது ஏற்க முடியும். மற்றவர்கள் தவறாகவும் மாறுபட்டும் இருந்தால் கூட, அவர்களை ஒப்புக்கொள்ளும் பொழுதுதான் அவர்களுக்கு அறிவுரை கூறி சரி செய்யவும் முடியும். மற்றவர்களுடைய பார்வையில் காரியங்களை பார்க்க

முற்பட்டால் தான் ஆட்களுக்கிடையிலான உறவுகளை கட்டவும் வளர்க்கவும் முடியும்.

ஒரு நபர் காரியங்களை பகுத்தறிந்து சரியான உணர்வுகளை சரியான நேரத்தில் வெளிப்படுத்த வேண்டும்.

மனிதர்களாக ஒவ்வொருவருக்கும், சிந்தனைகள் நம்முடைய அறிவுத்திறனிலிருந்தும், உணர்சிகள் நம் உணர்வுகளிலிருந்தும் கிடைக்கப்படுகின்றன. நிறைய நேரங்களில் மக்கள் அறிவுத்திறன் உள்ள முட்டாள்களாக, நிஜத்தை தாண்டி நிறைய யோசிக்கின்றனர், மற்றும் புரியாத விதமாக பகுத்தறிவில்லாத உணர்வுகளை வெளிப்படுத்துகின்றனர். எப்பொழுதும் நாம் பகுத்தறிவு சார்ந்தும், உணர்வுகள் சார்ந்தும் இருப்பதில்லை, ஆனால் அனைவரும் நம்முடைய உணர்வுகளை சிறிய சிந்தனையோடு வெளிப்படுத்துவதை கற்பது அவசியம். நாம் மக்களோடு தொடர்புக்கொள்ள, ஆட்களுக்கிடையிலான உறவுகளை வளர்த்துக்கொள்ள நம்முடைய உணர்வுகளிலும், சிந்தனைகளிலும் சமநிலையுடன் இருப்பது அவசியமாகும்.

மதிப்பீடுகளை சரியான விதத்தில் அமைத்துக்கொள்ள வேண்டும், மற்ற நபர் தவறும் பொழுது அதை மெதுவாக அவர்களின் ஆளுமைக்கு ஏற்றவாறு சரி செய்ய வேண்டும்.

நாம் ஒவ்வொருவரும் நிறைய பின்னணிகளை கொண்டுள்ளோம், மற்றும் வெவ்வேறு சூழ்நிலைகளை வாழ்வில் கடந்துள்ளோம். நாம் விவரித்தபடி, பார்க்கின்றபடி நிறைய காரியங்களை பின்பற்றுகின்றோம். நான் சொல்வது மாத்திரம்தான் சரி என்று ஒவ்வொருவரும் கூற ஆரம்பித்து, ஒருவருக்கு மாத்திரம் பிரியமாக அவர்களை சுற்றி இருப்போர் இருந்தால், அது காலப்போக்கில் ஒருவரை ஒருவர் நிச்சயம் பாதிக்கும். சரியான மதிப்பீடுகளை அமைத்து அதின்படி நிலைநிற்பது அவசியமாகும். மற்றவரின் புரிந்துக்கொள்ளுதல் தவறாக இருக்கும் பொழுது அதை மெதுவாக சரி செய்வது அவசியம். தவறான புரிந்துக்கொள்ளுதல் இருப்போரும், ஏற்றப்படி ஏற்றுக்கொள்ளும்படி நடப்போரும் உள்ளனர். சூழ்நிலைகள் என்னவாக இருந்தாலும், முதலில் ஒரு நபர் காரியங்களை ஏற்க மறுத்தாலும், தொலை தூரத்தில் அனுபவித்த வெளிவந்த உண்மைகளால், ஆட்களுக்கிடையிலான உறவுகள் வலுவடையும்.

ஒரு நபர் தன்னுறுதியுடன் செயல்படுபவராயும், தன்னை சுற்றியுள்ள காரியங்களை குறித்த விழிப்புணர்வு உடையவராயும் இருக்க வேண்டும்.

தொடர்புக்கொள்வது என்பது ஆட்களுக்கிடையிலான உறவிற்கு ஒரு முக்கிய அம்சமாகும். தொடர்புக்கொள்ளுதலில் கவனித்தல், யோசித்தல், பதிலளித்தல் அடங்கும். நாம் கவனித்த காரியங்களை யோசித்து பதிலளிப்பதற்கு நாம் தன்னுறுதியுடன் என்ன வெளிப்படுத்துகிறோம் என்பதை தெளிவுப்படுத்திக் கொள்ள வேண்டும். மற்றும் நம்மை சுற்றியுள்ள காரியங்கள், நிகழ்வுகள் பற்றிய விழிப்புணர்வும், ஆட்களுக்கிடையிலான திறனை வளர்க்க உதவும், அதன் மூலம் ஆட்களுக்கிடையிலான உறவுகளும் முன்னேறும்.

ஒரு நபருக்கு பொறுப்புணர்வும், நம்பகத்தன்மையும் இருக்க வேண்டும்.

எல்லா மனிதர்களும் தாங்கள் கண்டறிந்த, மற்றவரின் அங்கீகாரத்திற்கு, கவனத்திற்கு உகந்த காரியங்களை, மற்றவருக்கு வெளிப்படுத்த வேண்டும் என நினைப்பர். அதனால் நிறைய நேரங்களில் ஒரு நபரை தம்மை நம்பி இன்னொருவர் சில ரகசிய காரியங்களை சொன்னாலும், அந்த நம்பிக்கையை காப்பாற்ற முடியாமல் காரியங்களை வெளியிடுவர். நம்பிக்கை உடைக்கப்படும் பொழுது, பெரிய ஏமாற்றமும், ஆட்களுக்கிடையிலான உறவுகளில் பிளவும் ஏற்படும். எப்பொழுது பொறுப்புணர்வும், நம்பகத்தன்மையும் ஒரு நபருக்கு இருக்கிறதோ, அப்பொழுது ஒருவர் மற்றவருக்கு வெட்கத்தை தரக்கூடிய காரியங்களை ஒரு பொழுதும் மற்றவரிடம் பகிர மாட்டார்கள், அவர்கள் ஒருவரை ஒருவர் முன்னேற்ற உதவியாய் இருப்பார். பொறுப்புணர்வும், நம்பகத்தன்மையும் ஆட்களுக்கிடையேயான திறன்களையும் உறவுகளையும் மேம்படுத்துகிறது.

ஆட்களுக்கிடையிலான திறன்கள்- எல்லாவற்றிற்கும் மேல்.

மக்களே உலகில் மிக பெரிய வளங்களாயும், பேரிடர்களாயும் உள்ளனர்

வழக்கமான இயற்கை நிகழ்வுகள் மற்றும் எதிர்ப்பாராத பேரிடர்களை தவிர்த்து, உலகில் உள்ள அனைத்து காரியங்களையும் மக்களே கட்டுப்படுத்துகின்றனர். மனிதன் வானில் பறக்க\வும், தண்ணீரில் மிதக்கவும், நிலத்தில் ஊர்ந்து செல்லவும் இயந்திரங்களை

உருவாக்கியுள்ளான். மனிதன் புதையல்களை பூமியிலிருந்து தோண்டி எடுத்துள்ளான், முத்துக்களை கடலின் ஆழத்தில் கண்டுப்பிடித்துள்ளான், கண்களால் பார்க்க முடியாத கதிர்களை கொண்டு பணம் சம்பாதித்துள்ளான். பூமியில் உண்டாக்கப்பட்ட அனைத்து காரியங்களும் வாழ்வை எளிதாக்குவதற்கும், நமக்கு ஏற்றார்போல காரியங்களை மாற்றியமைப்பதற்கும், சில மனிதர்களால் பலரின் நலனுக்காக கண்டறியப்பட்டவை. இதற்கிடையில் நாம் உலகில் உள்ள கண்டுப்பிடிப்புகள் சக மனிதர்களுக்காகவும், சுற்றுப்புற சூழலுக்காகவும் என்பதை மறந்துவிட்டோம். லாபம் ஈட்டும் நோக்கில் பல காரியங்கள் பேரிடர்களாக மாறுகின்றன. வாழ்விற்கு சுற்றுச்சூழல் மாத்திரம் காரணமல்ல, மனிதனே சுற்றுச்சூழலை மாற்றியமைக்க கூடியவன். எனவே மனிதர்களே உலகில் மிக பெரிய வளங்களாயும் உள்ளனர், அது ஆட்களுக்கிடையேயான திறன்களால் ஒருங்கிணைக்கப்படுகிறது.

மக்கள் இல்லையெனில் ஆக்கப்பூர்வ காரியங்களோ ஆக்க கேடான காரியங்களோ இல்லை.

மக்கள் தான் மிக பிரம்மாண்டமான கட்டுமானங்களையும், கற்களை, புதையல்களை தோண்டுகின்ற முயற்சியில் மிக பெரிய பள்ளங்களையும் உண்டுப்பன்னுகின்றனர். மக்கள் தாமே எளிதான தகவல் பரிமாற்றத்திற்கும், போக்குவரத்திற்கும் மாத்திரமல்லாமல் மாசடைவதற்கும், தூய்மை கேடு உண்டாவதற்கும் காரணமாகின்றனர். மக்களே தங்கள் அறிவையும் உணர்வுகளையும் மக்களுக்காகவும், மக்களுக்கு எதிராகவும் பயன்படுத்துகின்றனர். மக்கள் இல்லாமல் ஆக்கப்பூர்வ காரியங்களும் இல்லை, ஆக்ககேடான காரியங்களும் இல்லை. ஒரு தனிப்பட்ட நபராக நாம் அனைத்திற்கும் பொறுப்பாக இல்லாமல் இருக்கலாம் ஆனால் ஆட்களுக்கிடையே உள்ள திறன்கள் மூலம் நாம் நெருங்கியவரிடத்தில் ஒரு பங்காக உள்ளோம்.

ஆட்களுக்கிடையிலான உறவுகள் நல்ல முறையில் இருக்கும் பொழுது, சுயநலத்தை துறந்து அனைத்து ஆக்ககேடான காரியங்களையும் ஆக்கபூர்வ காரியங்களாக மாற்றியமைக்க முடியும்.

வளங்களை சரியான முறையில் ஒருங்கிணைத்து உபயோகிக்காத பொழுது, மனிதர்களின் சுயநலத்தினால் சுற்றி இருக்கும் வளங்களை சுரண்டுவர். சரியான முறையில் பகுத்து எடுத்துக்கொள்ளாத பொழுது,

நிறைய விளைவுகள் ஏற்படும். நாம் மற்றவர்களுக்கு பொறுப்பானவர்களாக உணரும் பொழுது, நாம் செய்கின்ற காரியங்களில் எல்லாவற்றையும் கருத்தில் கொள்ளும் பொழுது, மற்றவர்களுக்கு உபயோகமாக இருக்க முயல்வோம். ஆட்களுக்கிடையிலான திறன் நாம் ஆக்க கேடான காரியங்களில் உள்ள இடைவெளிகளை கண்டறிந்து ஆக்க பூர்வமாக அதை மாற்றியமைக்க உதவும்.

சரியான மதிப்பீடுகளுளோடு ஆட்களுக்கிடையிலான திறன்கள், இந்த பூமியை சமாதானமும் சந்தோஷமும் நிறைந்த இடமாக மாற்றும்.

ஆட்களுக்கிடையிலான திறன்களை மக்கள் வளர்க்கும் பொழுது, சாதி, பதவி, இனம், மதம் முதலிய எந்த வேறுபாடும் இல்லாமல் ஒருவரை ஒருவர் ஏற்றுக்கொள்ள முடியும், ஒருவரை ஒருவர் அங்கீகரிக்க முடியும், ஏனெனில் ஒவ்வொருவரும் தம்முடைய நிலையை உணர்ந்து, மற்றவர்களை அவர்கள் இருக்கின்றவாறே ஏற்க முடியும். சரியான மதிப்பீடுகளுளோடு கூடிய ஆட்களுக்கிடையிலான திறன்கள் ஒருவரோடொருவர் வார்த்தையிலும், செயலிலும், நடக்கையிலும் உண்மையாய் இருக்க உதவும், அது இந்த பூமியை சந்தோசமும், சமாதானமும் நிறைந்த இடமாக்குகிறது.

3. நேரம் மேலாண்மை

(நமது நேரத்தை சிறந்த முறையில் பயன்படுத்துவதற்கும், நமது அறிவையும் தாலந்துகளையும் மேம்படுத்துவதற்கும் உதவும் திறன்)

முன்னுரை

அனைவருக்கும் ஒரு நாளில் 24 மணி நேரமே உள்ளது

நாம் இருக்கும் விதமாகவும், நமது விருப்பத்தின் அடிப்படையிலும் நம்மிடையே பல வேறுபாடுகள்ள் இருந்தாலும். இந்த உலகத்தில் சில விஷயங்கள் நம் அனைவருக்கும் பொதுவாயிருக்கிறது. பிரபுவானாலும் பரதேசியானாலும், பணக்காரரானாலும் ஏழையானாலும், திறமையுள்ளவராயினும் திறமையில்லாதவராயினும் நேரம் என்பது பொதுவாய் இருப்பவைகளில் ஒன்று. உலகில் உள்ள அனைவருக்கும் ஒரு நாளில் 24 மணி நேரமே இருந்து, தினந்தோறும் ஒரே இடைவெளியில் சுழல்கிறது.

நாம் நேரத்தை உபயோகிக்கும் விதம் பெரிதும் மாறுபடுகிறது, அதுவே பெரிய வேறுபாட்டையும் உண்டாக்குகிறது.

நம் வாழும் பொழுது நேரம் அனைவருக்கும் பொதுவாய் இருந்தாலும் அதை உபயோகிக்கும் முறைமை பெரிதும் மாறுபடுகிறது. நாம் எதற்காக நேரத்தை செலவழிக்கிறோம், முதலீடு செய்கிறோம் என்பதும் கூட வேறுபடுகிறது. நாம் நேரத்தையும் ஆற்றலையும் எதற்காக செலவு செய்தாலும், நாம் அதை ஆளுகைக்கலாம் அல்லது அதனால் ஆளுகைக்கப்படலாம். நாம் நேரத்தை பயன்படுத்தும் விதம் நம்முடைய வாழ்வில் பெரிய மாற்றத்தை உண்டுப்பண்ணும்.

நாம் மிக பெரிய நபர்களோடோ அல்லது மிக சிறிய நபர்களோடோ ஒப்பிட்டுப் பார்க்காமல், நாம் செலவழிக்கும் நேரம் எப்படி உள்ளது, எவ்வளவு சிறந்த முறையில் பயன்படுத்துகிறோம் என்பதை ஆராய்ந்து பார்போம்.

ஒன்று அல்லது மேற்பட்ட காரியங்களில் சிறந்து விளங்குவதால் நம்மை சுற்றி நிறைய மக்கள் பிரபலங்களாக உள்ளனர். நமது ஆர்வத்தை ஈர்க்கிற ஒரு விஷயத்தில் சிறந்திருக்கும் ஒருவரை கண்டு நாம் வியந்தாலும், அந்த

நபர் தன் வாழ்வில் நேரத்தை சிறந்த முறையில் உபயோகித்துள்ளார் என்று கூற முடியாது. சில மனிதர்கள் பிரபலமாக இல்லாதிருப்பினும், தாம் இருக்கும் விதமாகவும், தாங்கள் செய்யும் காரியங்களினாலும் மகிழ்வாய் இருகின்றனர். எனவே நேரத்தை சிறந்த முறையில் மேலாண்மை செய்ய, நேரம் எவ்வாறு சிறந்த முறையில் உபயோகிக்கப்படுகிறது என்பதை ஆராய்வதும், நாம் நம்மை மிக பெரிய அல்லது சிறிய நபர்களோடு ஒப்பிடாமல் இருப்பதும் அவசியமாகும்.

நேரம் மேலாண்மையின் நோக்கங்கள்:

நம்முடைய வாழ்வினை நாம் கட்டுப்பாட்டிற்குள் வைத்திருக்க, நேரத்தை நாம் நிர்வகிப்பதும், நாம் அதனால் நிர்வகிக்கப்படாமல் இருப்பதும் அவசியம்.

நாம் செய்வதற்கு நிறைய வேலைகள் உள்ளன, நாம் நிறைய வேலைகளை செய்கிறோம், ஆனால் அவை அனைத்துமே நமக்கு நன்மை தருவதில்லை. நாம் சில காரியங்களிலிருந்து எதையும் கற்றுக்கொள்ளாவிடினும், அவை நமது குறிகிய அல்லது நீடிய நோக்கத்திற்கு பயனளிக்காவிடினும், நாம் அவற்றை செய்ய ஆரம்பித்து, விடமுடியாமல் இருக்கிறோம். சில காரியங்கள் நமக்குள் தப்பான முத்திரையை விட்டுவிட்டு தொந்தரவு செய்கிறது. மற்றும் நாம் நம்முடைய வாழ்வை கட்டுக்குள் வைத்திருப்பதும் எதுவும் நம்மை கட்டுபடுத்தாமல் பார்த்துக்கொள்வதும் அவசியமாகும்.

ஆரோக்கியமாகவும் சந்தோஷமாகவும் இருப்பதற்கு (குறைந்த அழுத்தம்)

மக்கள் துன்பப்படுவதற்கு நிறைய காரணங்கள் உள்ளன. திறனின்மை, முடியாமை, வலிமையின்மை முதலியவற்றிற்கு பெரிய காரணம் நேரத்தை சரியாக உபயோகிக்காதது தான். நிறைய நேரங்களில் நாம் நேரத்தை அழிவு தரக்கூடிய காரியங்களில், அல்லது ஒன்றிலும் முன்னேற பயன்படாத காரியங்களில் செலவு செய்கிறோம். நிறைய நேரங்களில் நாம் செலவிடும் நேரம் அறிவுப்பூர்வமாகவோ, உணர்வுரீதியாகவோ, உடல்ரீதியாகவோ பயனுள்ளதாக இருக்கிறதா என்று நாம் எண்ணுவதில்லை. நாம் செலவிடும் நேரம் அறிவு, உணர்வு அல்லது உடல் ரீதியாக பயனுள்ளதாக இருப்பதை நிச்சயிக்கும் பொழுது அழுத்தமின்றி ஆரோக்கியமாகவும் சந்தோஷமாகவும் இருக்க முடியும்.

நம்மை சுற்றியுள்ள வாய்ப்புகளில் நிறைய ஆர்வமுள்ள காரியங்களை அனுபவிக்க

மனிதர்களாக நாம் ஒவ்வொருவரும் நிறைய ஆர்வங்களோடும், தனிப்பட்ட சிந்தனைகளோடும் இருக்கின்றோம். சில மனிதர்கள் தனிப்பட்ட சில காரியங்களில் சிறந்தவர்களாக உலகிற்கு தங்களை காண்பித்தாலும், அவர்களும் மற்ற சில காரியங்களில் ஆர்வமுடைய சாதாரண மனிதர்களாகவே உள்ளனர். ஒரு நபர் சரியான முறையில் நேரத்தை கையாளும் பொழுது, ஒரு குறிப்பிட்ட காரியத்தில் மாத்திரம் 24 மணி நேரத்தை செலவிடாமல், தனக்கு ஆர்வமான அனைத்து காரியங்களிலும் நேரத்தை செலவிட்டு, தான் சிறந்து விளங்கும் துறையில் அதிக கவனத்தை கொடுப்பார். அவர்கள் தங்கள் வாழ்வினை திரும்பி பார்க்கும் பொழுது, தங்களுக்கு இருந்த வாய்ப்புகளை கொண்டு, தங்களுடைய ஆர்வங்களை அடைந்ததை குறித்து தங்களை குறித்து தாங்களே சந்தோசம் அடைவர்.

திறன்களையும் தாலந்துகளையும் வளர்த்துக்கொள்ள

நாம் அனைவரும் வாழ்வின் தொடக்க நாட்களில் திறன்களை தாலந்துகளை பெற்றுக்கொள்ள, அதன் மூலம் அதிக வேலை வாய்ப்புகளை நமக்காகவோ, பிறருக்காகவோ தக்கவைக்க கல்வியை கற்கிறோம். பட்டபடிப்பை முடித்தவுடம் நாம் திறன்களை தாலந்துகளை கற்பது முடிவதில்லை, அது நம்முடைய வாழ்வின் இறுதிவரை உள்ளது. கல்வி அறிவை பெறச் செய்கிறது, திறன்களும் தாலந்துகளும் நடைமுறையில் உபயோகிக்கக் கூடிய செயல்முறையிலான வெளிப்பாடாகும். நாம் கற்றுக்கொண்டதை செயல் முறைப்படுத்த நேரம் ஒதுக்கும் பொழுது திறன்களையும், தாலந்துகளையும் மேம்படுத்த முடியும்.

இலக்குகளை நிர்ணயித்து அதை அடைவதற்கு

நாம் அனைவருக்கும் கனவுகளும், இலக்குகளும் உள்ளன. நமது கனவுகளை அடைவதற்கு இலக்குகளை நிர்ணயிக்கின்றோம். இலக்குகள் யோசிப்பதற்கும் அமைப்பதற்கும் மாத்திரம் அல்ல, அடைவதற்காக அமைக்கப்பட்டவை. இலக்குகளை அடைவதற்கு, கனவுகளை நோக்கி நகர்வதற்கு, நேரத்தை சிறந்த முறையில் நிர்வகிப்பது அவசியமாகும்.

நேரத்தை நாம் செலவழிக்கும் வழிகள்

அது ஆக்கபூர்வமாகவோ ஆக்கமின்மையாகவோ இருக்கலாம்

அனைவருக்கும் நேரம் ஒரே அளவு தான் உள்ளது, ஆனால் நாம் ஒவ்வொருவரும் நம்முடைய ஆர்வத்திற்கு, தீர்மானத்திற்கு, தேவைக்கு, ஆசைக்கு ஏற்றவாறு நேரத்தை முதலீடு செய்கிறோம். நாம் முதலீடு செய்யும் அனைத்து நேரத்திற்கும் விளைவு உள்ளது. சில நேரங்களில் நாம் செலவிடும் நேரம் நிறைய உபயோகமான புதிய காரியங்களை கற்க உதவுகிறது , சில நேரங்களில் அழிவை தரக்கூடிய வேண்டாத காரியங்களாக உள்ளது. சில நேரங்களில் ஆக்கமுள்ளது ஆக்கமில்லாதது என தொடக்கத்தில் பகுத்தறிய முடியாவிடினும், முடிவில் ஏதாவது ஒன்றே சாத்தியமானதாக இருக்கும்.

ஆர்வமிக்க காரியமாகவோ ஆர்வமில்லா காரியமாகவோ இருக்கலாம்

வாழ்வில் சலிப்பான தருணங்களும், ஆர்வமிக்க தருணங்களும் சேர்ந்தே இருக்கும். ஒரு கட்டாயத்தினால் நாம் நம்முடைய நேரத்தை செலவிட நேரிடும் பொழுது, அது வாழ்வின் ஆர்வமில்லா தருணங்களாகவே இருக்கும். நமக்கு ஆர்வம் தரக்கூடிய, நாம் பங்கேற்கக்கூடிய , நாம் செய்ய விரும்புகின்ற காரியங்களையே நாம் யோசித்து, ஞாபகத்தில் வைத்திருப்போம்.

படைப்பாற்றல் உள்ளதாகவோ படைப்பாற்றல் இல்லாததாகவோ இருக்கலாம்

தானாகவே சிந்தித்து செயல்ப்படுவது நிறைய பேருக்கு கடினமான காரியமாக இருக்கும். நமக்கு கொடுக்கப்பட்ட நிறைய போதனைகளும், ஒரு குறிப்பிட்ட சில நடைமுறைகளை பின்பற்றுவது அல்லது யாரையாவது அப்படியே பிரதிபலிப்பதே ஆகும். அவை நமக்கு தெரியாத சில காரியங்களை தெரிந்துக்கொள்ள உதவினாலும், அவை நம்மை படைப்பாற்றல் இல்லாதவர்களாகவே ஆக்குகிறது.. சில நேரங்களில் நம்முடைய ஆர்வத்திற்கு ஏற்ப சில காரியங்களை நாம் முயற்சி செய்து பார்ப்பதுண்டு. இப்படியாக சில நேரங்களில் நாம் புதிய வகையில் நம்முடைய படைப்பாற்றலால் நேரத்தை உபயோகிக்கிறோம், சில நேரங்களில் அப்படியே பிறரை பார்த்து பின்பற்றுகிறோம்.

உடலை அல்லது மனதை உபயோகிக்க கூடியதாக இருக்கலாம்.

நிறைய நேரங்களில் ஒரு நபர் உடல்ரீதியாக ஒரு காரியத்தை செய்யும் பொழுதுதான் அவர்கள் வேலை செய்கிறார்கள் என கருதுகிறோம். அது எப்பொழுதும் அவ்வாறாக இருப்பதில்லை; ஒவ்வொரு உடல் ரீதியாக உள்ள செயலும், யோசனைகளால்தான் நிகழ்கிறது. ஒருவர் என்ன செய்கிறார் என்பதை பெரிதும் ஆராயாமல், உடல் ரீதியான செயலை செய்யாத பொழுது, அவர் ஒன்றும் செய்யவில்லை என்றே பிறர் பெரிதும் கருதுவர். நாம் செலவிடும் நேரம் உடல் ரீதியாக இருக்க வேண்டும் என அவசியமில்லை, ஒரு காரியத்தை செய்வதற்கு மனதையும் சிந்தனையையும் தயார் செய்வதற்கு கூட செலவிடப்படலாம்.

பொழுதுபோக்கிற்காகவோ சோர்வை ஏற்படுத்த கூடியதாகவோ இருக்கலாம்.

நிறைய நேரங்களில் நேரத்தை செலவழிக்கிறோம். நாம் நேரத்தை செலவழிக்கும் பொழுது அதில் எந்த மேம்பாட்டிற்கான காரியம் இல்லையெனிலும், நேரம் கடந்துப்போக நினைக்கிறோம், நம்முடைய படிப்பிலோ, வேலையிலோ நேரம் செலவழிக்கும் பொழுது அது சோர்வை ஏற்படுத்தக் கூடியதாக இருப்பினும், அதற்கு நேர்மறையான பலன்கள் உள்ளது. சில நேரங்களில் நாம் செலவிடும் நேரம் பொழுதுபோக்கு மற்றும் சோர்வை சேர்ந்ததாக நம்முடைய உறவுகளையும், நம்மையும் சிறந்தவர்களாக ஆக்கும்.

பொருள் சார்ந்ததாகவோ பொருள் சாராததாகவோ இருக்கலாம்

ஒவ்வொரு நபருக்கும் தங்களை சுற்றி நிறைய தேர்வுகள் உள்ளன, கட்ட, கண்டுபிடிக்க, ஒரு விஷயத்திலிருந்து இன்னொன்றை உருவாக்க, சுற்றியுள்ள பொருட்களைக் கொண்டு மக்கள் நிறைய ஆராய்ச்சி செய்கின்றனர். அந்த செயலில் சில நேரம் வெற்றி காண்கிறார்கள், சில நேரங்களில் தோல்வியடைகின்றனர். மக்கள் தாங்கள் உபயோகித்த, கண்டறிந்த காரியங்கள் மிகவும் தற்காலிகமானது என தெரிந்துக்கொள்ளும் பொழுது, தங்களை சுற்றியுள்ள அன்பான மனிதர்களே உண்மையான வளங்கள் என தெரிந்துக்கொள்ளும் பொழுது, அவர்களோடு கூட நேரம் செலவுச்செய்து தங்கள் உணர்வு ரீதியான தேவைகளை பூர்த்திசெய்கிறார்கள். உடல், அறிவு மற்றும் உணர்வு ஆகியவற்றின் தேவைக்கு ஏற்ப, நாம் செலவிடும் நேரம் பொருள் சார்ந்ததாகவோ, பொருள் சாராததாகவோ இருக்கலாம்.

உணர்வு நிலையுடையதாகவோ தன்னுணர்வற்ற நிலையாகவோ இருக்கலாம்

நாம் உணர்வு நிலையில் இருக்கின்ற நேரங்களை நிச்சயம் ஞாபகம் வைத்திருப்போம். நாம் ஒரு அடையாளமும், நிலை தெளிவு இல்லாமலும் இருக்கின்ற சில நேரங்களும் உண்டு. மனிதர்களாக நம்மை சுற்றி நிறைய மறைப்பொருட்கள் உள்ளன, நாம் களைத்த பின் ஒய்வு தேவைப்படும் ஒரு இயந்திரம் போல் தான் உள்ளோம். நாம் தூக்கத்தில் செலவிடும் நேரம் எப்பொழுதும் தன்னுணர்வற்ற நிலையாகவே உள்ளது, சில பேருடைய உணர்வுகள் சில கடின நேரங்களில் சில காரணிகளால் பாதிக்கப்படுகிறது. முழுவதுமாக, நாம் அனைவரும் செலவிடும் நேரம் உணர்வு நிலையுடையதாகவோ தன்னுணர்வற்ற நிலையாகவோ இருக்கலாம்.

விருப்பத்திற்கு ஏற்றதாகவோ விருப்பத்திற்கு மாறாகவோ இருக்கலாம்

நம்முடைய ஆர்வத்திற்கேற்பவும் ஆர்வமில்லாமலும் செலவிடப்படும் நேரம், விருப்பதிற்கேற்றதாகவோ, மாறாகவோ, ஆக்ககூடியதாகவோ அழிக்ககூடியதாகவோ, உபயோகமானதாகவோ உபயோகமில்லாததாகவோ, உணர்வு சர்ந்ததாகோவோ சாரததாகவோ, பொழுதுப்போக்க கூடியதாகவோ சோர்வை ஏற்படுத்த கூடியதாகவோ, புதுமையானதாகவோ புதுமையில்லாததாகவோ, உடல் சார்ந்ததாகவோ மனம் சார்ந்ததாகவோ இருக்கலாம். நம் வாழ்வில் நேர்மறை பலன்களை தரக்கூடிய நிறைய காரியங்களை நாம் விருப்பமில்லாமல் செய்கிறோம், எதிர்மறை விளைவுகளை ஏற்படுத்தக் கூடிய பல காரியங்களை விருப்பத்தோடு செய்கிறோம்.

நம்முடைய சூழ்நிலைகள் நம்மைக் கட்டுப்படுத்தினாலும் நாம் ஒவ்வொருவரும் நம்முடைய நேரத்திற்கு நாமே முதலாளிகளாய் அது செலவிடப்படும் விதத்தை தீர்மானிக்கிறோம்.

நடைமுறையில் நேரம் செயல்படுத்தப்படும் விதம்

நாம் கீழே உள்ள ஏதாவது ஒரு சில காரியங்களில் நேரத்தை செலவழிக்கிறோம்.

படித்தல்/ ஆராய்தல்

21 வயது வரை நாம் உபயோகிக்கும் நேரம் பெரும்பாலும் புதிய காரியங்களை கற்கவும், கற்ற காரியங்களில் இருந்து திரும்ப கறக்கவும், படித்தல் அல்லது ஆராய்தலுக்காகவே உள்ளது. அதே நேரம் படித்தல்/ ஆராய்தல் அந்த வயதிலேயே நின்று விடுவதில்லை, வாழ்வு முழுதும் தொடர்கிறது.

வேலை

21 வயது முதல் 60 வயது வரை நாம் செலவிடும் நேரம் பெரும்பாலும் வேலைக்காகவே. சில நபர்களின் வாழ்வில் வேலை என்பது குறைந்தபட்சமாவது அவர்களின் ஆரம்ப நாட்களிலும், இறுதி நாட்களிலும் இன்றியமையாததாக ஆகிவிடுகிறது.

உடற்பயிற்சி

சில நபர்கள் குறிப்பிட்ட நேரத்தை உடற்பயிற்சிக்காக செலவிடுவர், இன்னும் சிலர் அதை தொழிலாக எடுத்திருக்கும் பொழுது, அதிக நேரம் செலவிடுவர். தளர்ந்துக்கொள்ளவோ, உடலை மெருகேற்றவோ செயப்படும் எந்த ஒரு உடல் சார்ந்த செயலும், உடற்பயிற்சியாகும்.

பொழுதுபோக்கு

அறிவுப்பூர்வமாக அதிக பலன் இல்லை எனிலும், உணர்வியல் ஈர்ப்பினால், நிறைய பேர் பொழுதுபோக்கிற்காக அதிக நேரம் செலவழிக்கின்றனர். படங்கள், குறும்படங்கள், பாடல்கள், ஒலி சார்ந்தவை, விளையாட்டுகள், முதலியன நம்முடைய வாழ்வில் பொழுதுபோக்கின் காரியங்களாக இருப்பினும், ஒரு பகுதியாகவே உள்ளன. சில நபர்கள் பொழுது போக்கிற்காகவே தங்கள் வாழ்வை வாழ்வர், அவர்கள் ஒரு குறிப்பிட்ட நேரத்திற்கு பிறகு தங்கள் வாழ்வை திரும்பி பார்க்கும் பொழுது கவலை கொள்வர்.

தனிமை

தங்களுடைய குணத்தின்படி, சுய உணர்தலுக்கும், தங்களை சுற்றியுள்ள மக்களை புறக்கணிக்கவும், சில நபர்கள் தனிமையில் நேரத்தை செலவழிக்க விரும்புவர்.

ஆர்வத்துறை/ விருப்பங்கள்

நாம் செய்கின்ற செயல்கள், நம்முடைய விருப்பங்கள், நமக்கு இருக்கின்ற வெளியறிவு, காரியங்களின் மேலுள்ள ஈடுபாடு ஆகியவற்றின் அடிப்படையில் நாம் ஒவ்வொருவரும் தனித்துவமானவர்கள். நாம் தளர்வை போக்கவும், பொழுது போகவும் உதவும் காரியங்கள் இல்லாத பொழுது, நம்முடைய ஆர்வத்துறையில் நேரத்தைசெலவிடுவோம். நம்முடைய ஆர்வத்தில் உள்ள காரியங்களுக்கு கடின வேலைக்கு மத்தியிலும் சில சமயம் கண்டிப்பாக முயற்சித்து நேரம் ஒதுக்குவோம்.

சுற்றிப்பார்க்கும் இடம்

நாம் மனிதர்களாக பொதுவாக வழக்கமாக செய்யும் காரியங்களிலிருந்து விடுப்பட, சோர்ந்திராமலும் இருக்க,, புதிய காரியங்களை நாடியறிய நினைக்கிறோம். சில பொழுதுகளில் நாம் நமக்கு பிடித்த அல்லது புதிய இடத்திற்கு சென்று சில நாட்களோ, வாரமோ, மாதங்களோ செலவிடுகிறோம்.

மனிதர்களோடு கூட

நாம் ஒற்றுக்கொண்டாலும் இல்லையெனிலும் மக்களே உலகில் மிக பெரிய வளம். மக்கள் தாமே தங்களுக்காக தங்கள் சுற்றுப்புறத்திற்காக ஆக்கவோ அழிக்கவோ காரியங்களை செய்கின்றனர். பொருள் சார்ந்த அல்லது பொருள் சாராத அனைத்து காரியங்களின் மதிப்பீடு சுற்றியுள்ள மக்களை சார்ந்தே உள்ளது. நாம் பரிமாரிக்கொள்கின்ற அனைத்து உணர்வுகளும், அறிவும் ஒருவரோடொருவர் நேரம் செலவழிப்பதால் நிகழ்கிறது.

மதம்/கடவுள்

மதத்தின் மீது அதிக பற்றுள்ளவர்கள் தங்களுடைய அதிக நேரத்தை கூட்டங்கள், புனித ஸ்தலங்களை பார்வையிடுதல் போன்ற செயல்களில் செலவிடுகின்றனர், சில நேரங்களில் அவர்களின் தினந்தோற செயல்பாடுகளும் கூட மதத்தின் அடிப்படையிலேயே இருக்கும். நேரம் செலவிட்டு, வேதங்களை படித்து, கடுவுளை உண்மையாக தேடுவோரும் உண்டு. பகுத்தறிவோடோ பகுத்தறிவில்லாமலோ கடுவுளை உண்மையாக நம்புவோருக்கு, கடவுள் இன்றியமையாதவர்.

போக்குவரத்து

21வது நூற்றாண்டில், போக்குவரத்து மிகவும் எளிதாகவும், வேகமாகவும் மாறியுள்ளது. மேற்கத்திய நாடுகளில் தினமும் 300 கிலோமீட்டர் வரை ரயிலிலும், சாலையிலும் பயணம் செய்வோர் உள்ளனர். சில நாட்களில் உலகம் முழுதும் சுற்றிவரவும் முடிகிறது. போக்குவரத்திற்கான நேரம் குறைந்தாலும், நாம் அடிக்கடி பயணம் செய்யவும், அதற்காக நேரம் செலவழிக்கவும் வேண்டியுள்ளது,

ஒய்வு மற்றும் புத்துணர்ச்சி

மனிதர்களாக நமக்கு சோர்வு ஏற்படும், எனவே நாம் கொஞ்ச நேரம் ஒவ்வெடுப்பதும், புத்துணர்வு அடைவதும் அவசியமாகும். ஒரு இயந்திரம் கூட சில மணித்துளி அமர்த்திவைக்கப்பட்டு இருப்பது அது நீண்ட காலம் பழுதில்லாமல் செயல்பட உதவுகிறது. அதே போல் தான் மனிதர்களும் தூக்கத்தில் சிறிது நேரமும், உணவை உட்கொண்டு ஆற்றல் பெற சிறிது நேரமும் செலவு செய்கின்றனர்.

அடிமைத்தனங்கள், முதலியன

சில பழக்கங்களை நாம் பெற்று, பகுத்தறிவில்லாமல் அதனை சார்ந்து, சில நேரங்களில் அதை தொடர்ந்து பின்பற்றுகிறோம். சில நபர்கள் சில பொருள் இல்லாமல் ஆட்டிபடைக்கபடுவதால், அந்த பொருட்களை கட்டாயத்தால் உபயோகிக்கின்றனர். அவை அனைத்துமே அடிமைத்தனங்கள், அது ஒரு சிறிய காரியத்திலிருந்து ஒரு மிகுதியான காரியமாக இருக்கலாம், சில நபர்கள் அதிலேயே அதிக நேரத்தையும் செலவழிக்கின்றனர். உலகில் அனைத்திற்குமே ஒரு நோக்கம் உண்டு, சில காரியங்களை நாம் கட்டுபடுத்துவது போய் நம்மை அது கட்டுபடுத்தும் பொழுது அடிமைத்தனம் உருவாகிறது.

தினசரி செயல்களின் அட்டவணை

நாம் எப்படியாக நேரத்தை செலவழிக்கிறோம் என்பது, நேர மேலாண்மைக்கு அவசியம். நாம் எப்படி நேரத்தை உபயோகிக்கிறோம் என்பதை உணர்வதற்கும், திரும்பி பார்ப்பதற்கும், தெரிந்துக்கொள்வதர்க்கும், அட்டவணை அவசியம். பெரும்பாலான செயல்கள் நாம் வழக்கமாக செய்பவை, அவற்றின் ஆக்கப்பூர்வ நிலையும்

பெரிதும் வேறுபடும். கடந்த சில நாட்களின் அட்டவணை, வருங்கால நாட்களை நாம் சரியாக திட்டமிடவும், நேரத்தை சிறந்த முறையில் நிர்வகிக்கவும் உதவும்.

பெரிதும் பலன் தரக்கூடிய காரியங்களை சிலர் வழக்கமாக செய்வர், சிலர் எப்பொழுதாகிலும் செய்வர். நாம் ஒரு இடத்தில் சும்மா உட்கார்ந்திருந்தாலும், நிறைய காரியங்களை ஓய்வின்றி செய்தாலும், அனைத்திலும் நேரத்தை செலவிடுகிறோம். எனவே அனைவரும் நமக்கு நாமே பின்பற்றுகின்ற அட்டவணை நிச்சயமாக உள்ளது. அது நிறைய பேருக்கு ஒரே மாதிரி இல்லை, நிலையானதாகவும் இல்லை, எனினும் செய்கின்ற வேலை அல்லது படிப்பு சார்ந்த காரியங்கள் தேவையினாலோ, கட்டாயத்தினாலோ நிலையாக அமைந்துவிடுகிறது, பிற செயல்களுக்கு நிலையான அட்டவணை இல்லை. நாம் ஒரு சமயத்தில் தோன்றும் அல்லது தேவைக்கேற்ற காரியங்களை பின்பற்றுகிறோம்.

நாம் திட்டமிட்டாலும் திட்டமிடவில்லை என்றாலும், நாம் செய்கின்ற செயல்களுக்கு ஒரு அட்டவணை உள்ளது. நாம் நேரத்தை சிறந்த முறையில் நிர்வகிக்க, யோசித்து, நாம் செய்கின்ற காரியங்களில் உள்ள சிறப்புகளையும், உபயோகத்தையும் சரியான தயாராகுதலினாலும், திட்டமிடுதலினாலும் பகுத்தறிவது அவசியம்.

குறைந்த பட்சம் உங்களின் மூன்று நாட்களின் அட்டவணையை பகுத்தாராயுங்கள்

புதிய காரியங்களை நாம் முயற்சிக்கும் முன்னர், நாம் தற்போது எந்த நிலையில் உள்ளோம், எந்த நிலையில் இருந்தோம் என்பதை கண்டறிந்து ஆராய்வது அவசியமாகும். அது வருங்கால திட்டங்களை பெரிதும் பாதிக்காத விஷயமாக இருப்பினும், அது சாத்தியமான விதத்தில் திட்டமிடவும், செயல்படுத்தவும் உதவும். எனவே குறைந்த பட்சம் உங்களின் மூன்று நாட்களின் அட்டவணையை யோசித்து பகுத்தாராய்வது, நேரத்தை சிறந்த முறையில் நிர்வகிக்க உதவும்.

குறைந்த பட்சம் உங்களின் மூன்று நாட்களின் அட்டவணையை நீங்கள் சேகரித்த பிறகு, உங்களை நீங்களே கேட்க வேண்டிய கேள்விகள்

குறைந்த பட்சம் உங்களின் மூன்று நாட்களின் அட்டவணையை கண்டறிந்து பகுத்தாராய்ந்து, கீழே உள்ள கேள்விகளை குறித்து யோசியுங்கள்

நீங்கள் செய்கின்ற எந்த செயல் உங்களுக்கு ஆர்வத்தை தரக்கூடிய உங்களுக்கு விருப்பமான செயல்? ஏன்?

எது கற்றுக்கொள்வதற்கு உபயோகமானது? ஏன்?

எது செயல்படுவதற்கு சாத்தியமானது? ஏன்?

எந்த செயல் குழப்பத்தை உண்டாக்குகிறது, பிடிக்காததாய் உள்ளது? ஏன்?

எது அடிமைப்படுத்த கூடியதாய் உள்ளது அல்லது காலத்தை அதிகம் எடுக்கிறது? ஏன்?

நேரத்தை சரியாக நிர்வகிப்பதற்கான யோசனைகள்

1. ஒருங்கமைப்பு உள்ளவர்களாயிருத்தல்

நேரத்தை சேமிக்க பயன்படும் கருவிகளை உபயோகியுங்கள்: நியமன நாள்காட்டி, மின்னஞ்சல், பேசும் இயந்திரம், கோப்புகள், உரைகள், முதலியன.

ஒருங்கமைப்பு உடைய வேலையிடத்தை பெற்றிருங்கள் (தேவையான பொருட்களை தேடுவதில் அதிக நேரம் செலவழிக்காதிருங்கள்)

எல்லாவற்றிற்கும் நியமன நாள்காட்டிகளை பயன்படுத்துங்கள், படிப்பு குறித்த காரியங்களை பட்டியலிட, வேலை நேரத்தை திட்டமிட

தொலை கால அளவுடையதோ, தினமுமோ, வாரத்திலோ செய்ய வேண்டிய காரியங்களின் பட்டியலை உபயோகியுங்கள்

2. முன்கூட்டியே திட்டமிடுங்கள் (அட்டவணையிடுங்கள், காரியங்கள் நடைபெறும்)

உங்கள் வேலை எவ்வளவு பெரியது என்பதை கணக்கிடுங்கள் (ஒரு வேலையை ஒற்றுக்கொள்வதற்கு முன்னரே அதை செய்யுங்கள்)

சில காரியங்களை சேர்த்து செய்ய முடியுமா என்பதை பாருங்கள்

பெரிய வேலைகளை, சுலபமாக முடிக்கக்கூடிய சிறிய வேலைகளாக பிரியுங்கள் (தேர்விற்கு தயாராகுவது, அலுவலக வேலை, நூலகத்தை பார்வையிடுவது, எழுதும் பணியை முடிப்பது போன்றவை)

3. உங்கள் வேலைகளை முன்னுரிமை கொடுத்து பிரியுங்கள்

அ,ஆ,இ, என நீங்கள் செய்ய வேண்டிய காரியங்களை பட்டியலிட்டு, அ என்று குறிப்பிட்ட காரியத்திற்கு அதிக முன்னுரிமை கொடுங்கள். முக்கியத்துவத்தையும், அவசர நிலையையும் கொண்டு ஒரு காரியத்திற்கு முன்னுரிமை கொடுக்க வேண்டும்.

நீங்கள் குறிகிய காலத்திலோ, நீடிய காலத்திலோ சென்றடைய வேண்டிய இலக்குகளை நிர்ணயிங்கள்.

நீங்கள் செய்து முடிக்க வேண்டிய பட்டியலை பார்த்து, அவற்றை முடிக்க எவ்வளவு காலம் தேவை, கூடுதலாக ஏதேனும் வளங்கள் தேவையா என்பதை கண்டறியுங்கள் (தேவையெனில் கொஞ்சம் நேரம் வளங்களை சேகரிக்க செலவிடுங்கள்). சிறிய வேலைகளில் காலம் தாழ்த்தாதிருங்கள் (காரியங்களை முடிக்கின்ற மனப்பான்மை நல்லது, ஏனெனில்\ ஒன்று சேர்ந்த சிறிய வேலைகள் சில சமயம் மிக பெரிய வேலையாகிவிடலாம்).

4. அதிக சுமைகளை தவிருங்கள்:

ஒவ்வெடுக்க, தளர்வுகளை போக்க, உறங்க, சாப்பிட, சமூகமாக இருக்க நேரத்தை ஒதுக்குங்கள்.

படிக்கும் போதும், வேலை செய்யும் போதும் சிறிய இடைவெளிகளை எடுத்துக்கொள்ளுங்கள்.

காரியங்களை கடைசி நிமிடம் வரை எடுத்துச்செல்லாதிருங்கள். (விசேஷமாக தேர்விற்கு தயாராவது)

சில சமயங்களில் இல்லை அல்லது முடியாது என்று சொல்ல கற்றுக்கொள்ளுங்கள். முடிக்க முடியாத நேரங்களில் கலந்துப் பேசி முடிக்க வேண்டிய நேரத்தை மாற்றிக்கொள்ளுங்கள்.

5. படிப்பில்/ வேளையில் சிறந்த நுட்பங்களை பயன்படுத்துங்கள்

உங்களுக்கு ஏற்ற படிப்பு/ வேலைப்பார்க்கும் சூழலை ஏற்படுத்திக்கொள்ளுங்கள்.

பெரிய வேலைகளை, நிர்வகிக்க கூடிய சிறிய வேலைகளாக பிரியுங்கள்.

முடிப்பதில் கவனம் செலுத்துவதை விட, சிறிய சிறிய காரியங்களாக அறிந்து புரிந்துக்கொள்ளுங்கள்,

படிப்பிலோ/ வேலையிலோ கடைசிவரை காத்திராமல் அந்தந்த நேரத்தில் கேள்விகளுக்கான விடைகளை தெரிந்துக்கொள்ளுங்கள்.

கடின காரியங்களை முதலில் முடியுங்கள்.

கடைசி நேரம் முடித்துக்கொள்ளலாம் என்று நினைக்காதிருங்கள்.

பாடத்திட்டம்/ கொள்கைகள்/ நடைமுறைகளை படித்து அதை எப்படி கையாள்வது என்று உங்கள் நாள்காட்டியில் குறித்துக்கொள்ளுங்கள்.

முன் உதாரணமாக இருங்கள! (கவனத்துடன் இருங்கள், கலந்துக்கொள்ளுங்கள், காலந்தவராதிருங்கள், புதிய காரியங்களை தினமும் கற்றுக்கொள்ளுங்கள்).

6. வளைந்துக்கொடுக்கிறவர்களாக இருங்கள்

எதிர்பாராத காரியங்கள் சில நேரம் ஏற்படும் (உடல்நல குறைவு, விபத்துகள், போக்குவரத்து பிரச்சனை முதலியன); நீங்கள் உங்கள் அட்டவணையினுள் அதை எடுத்துக்கொள்ள வேண்டும்.

உங்கள் அட்டவணையை தேவைக்கு ஏற்றவாறு மாற்றியமைத்துக் கொள்ளுங்கள்.

உங்களுக்கு தேவைப்படும் உதவியை பெற்றுக்கொள்ளுங்கள்.

7. தொலை நோக்குடையவர்களாய் இருங்கள் (நீங்கள் செய்யும் காரியங்களில் தெளிவோடிருங்கள்)

நீங்கள் கொண்டுள்ள நீடிய குறிக்கோளையும், உங்கள் வாழ்வின் நோக்கத்தையும் மறவாதிருங்கள், நீங்கள் செய்யும் காரியங்கள் அதற்கு ஏற்றதாய் இருக்கிறதா என்று ஆராய்ந்துப் பாருங்கள்.

பணித்திட்டம் (தனிப்பட்ட வாழ்விலும், தொழிலிலும்) உடையவர்களாய் இருங்கள். நீங்கள் செய்யும் அனைத்து செயல்களும் உங்கள் குறிக்கோளை நோக்கி இருக்கிறதா என சோதித்து பாருங்கள்.

உங்களுக்கு எது முக்கியம் என்பதை தெரிந்துக்கொள்ளுங்கள்

உங்கள் நேரத்தை உங்கள் குறிக்கோளிற்கு ஏற்ற திறன்களை தாலந்துகளை வளர்த்துக்கொள்வதில் செலவிடுங்கள்.

நேர்மறை மனப்பான்மையுடையவர்களாய் இருங்கள்.

முடிவுரை:

" வெற்றிகரமாக இருப்பது, நம்முடைய நேரத்தை சரியாக நிர்வகிக்க உதவாது.

நேரத்தை நாம் சரியாக நிர்வகிப்பது நம்மை வெற்றிகரமாக மாற்றும் "

4. தீர்மானிக்கும் திறன்

(நம்முடைய வாழ்வில் மாற்றத்தை உண்டு செய்ய கூடிய முக்கியமான திறன்)

தீர்மானங்கள்

மிக சிறிய காரியங்கள் முதல் முக்கியமான காரியங்கள் வரை, தினந்தோற வாழ்வில் தீர்மானங்கள் மிக முக்கிய பங்கு வகிக்க்கிறது.

தினந்தோறும் நாம் எல்லாவற்றிலும் எல்லா நேரமும் தீர்மானங்கள் எடுக்கிறோம். நாம் எப்பொழுது தூங்க வேண்டும், விழிக்க வேண்டும், என்ன செய்ய வேண்டும், எப்படி செய்ய வேண்டும் முதலியவற்றில் முடிவெடுக்கிறோம். பல் துலக்க வேண்டுமா வேண்டாமா என்கிற சிறிய காரியத்திலிருந்து, நம்முடைய வாழ்வை கிரயமாக வைத்து சாதிக்க கூடிய பெரிய காரியம் வரை தீர்மானங்கள் இருக்கலாம்.

தீர்மானங்கள் என்பது காரியங்களை கருத்தில் கொண்டு முடிவு செய்வது அல்லது உறுதி செய்வதாகும்.

தீர்மானம் என்பது நாம் சில காரியங்களில் முன்னேறும் பொழுது மாத்திரம் எடுப்பது அல்ல, முன்னேற்றத்திற்காக எடுக்கபடுவதும் தீர்மானமாகும். தீர்மானம் என்பது செயல்படுவதற்கு, நிறைய காரியங்களை கருத்தில் கொண்டு வருங்காலத்திற்காக எடுக்கப்படும் உறுதியான காரியமாகும்.

அனைவரும் எல்லா நேரமும் எல்லா இடங்களிலும், எல்லா காரியங்களை குறித்தும் தீர்மானம் எடுக்கின்றனர்.

தீர்மான்கள் எல்லா இடங்களிலும், எல்லா நேரமும், நம்முடைய வாழ்வு முழுவதும் எடுக்கப்படுகிறது. தங்களுக்கு இருக்கும் தேர்வுகளில் இருந்து தீர்மானம் எடுக்க ஒவ்வொருவருக்கும் சுதந்திரம் உண்டு. ஒவ்வொருவரின் சூழ்நிலையும் சில நேரம் அவர்களை பாதித்தாலும், அந்த சூழ்நிலைக்கு ஏற்ப அவர்கள் தீர்மானிக்கின்றனர், இல்லையேல் அந்த சூல்நிலையிலிருந்தே வெளியேற தீர்மானிக்கின்றனர். வாழ்வின் அனைத்து நேரங்களிலும், இடங்களிலும் நாம் நிறைய காரியங்களை கடந்து வருகிறோம், நிறைய தீர்மானங்களும் எடுக்கிறோம்.

தீர்மானம் எடுப்பது என்பது ஒரு முடிவில்லா செயலாகும், அது நம் வாழ்வின் இறுதிவரை தொடரும்.

தீர்மானம் எடுக்கும் செயல் முடிவில்லாதது. வாழ்வின் சில சமயங்களில், குறிப்பாக குழந்தை பருவம் மற்றும் முதிர்வயதான பருவம் ஆகியவற்றில் நாம் மற்றவர்களை சார்ந்து இருக்கிறோம். சார்ந்திருக்கும் பொழுது கூட, சார்ந்திருப்பவருக்கு ஏற்ப தீர்மானங்கள் எடுக்கிறோம். நமது முடிவு காலம் வரைக்கும் தீர்மானம் எடுப்பது மிக முக்கியமான காரியமாக தொடர்ந்து இருக்கிறது.

தீர்மானத்தின் வகைகள்

திட்டமிடப்பட்ட தீர்மானங்கள்

இது நடைமுறையில், திரும்ப திரும்ப, முறைப்படி எடுக்கும் தீர்மானமாகும்.

வாழ்வில் ஒரு சில தீர்மானங்கள், அதிகம் தொகுத்து, ஆராய தேவையில்லாமல், சாதாரனமான பழக்கமாக ஆகியிருக்கும். அவை முறையாக திரும்ப திரும்ப ஒரு கால இடைவெளியில் செய்யப்படும் செயலாகும்.

இந்த வகையான தீர்மானத்திற்கு அதிக யோசனை தேவையில்லை, அது கட்டமைப்பு உடையதாகும்.

திட்டமிடப்பட்ட தீர்மானம் என்பது ஒரு காரியத்தை திரும்ப திரும்ப செய்ய எடுக்கப்பட்ட தீர்மானமாகும், எந்த மாற்றமும் உறுதியோடு நிகழாதவரை அது பாதிக்கப்படாது. அதிகம் யோசிக்காமல் செயல்ப்பட கூடிய விதத்தில் அதற்கு ஒரு அமைப்பும் கட்டுமானமும் இருக்கும்.

இந்த தீர்மானங்கள் நீடிய பாதிப்பை ஏற்படுத்தாது.

திட்டமிடப்பட்ட தீர்மானங்கள் கட்டமைப்பும், முறையும் உள்ள படியால், அதிகம் யோசிக்க தேவையில்லாதாய் இருக்கின்றதால், தவறாக பின்பற்றாத வரை அதற்கு நீடிய கால பாதிப்பு இருக்காது.

திட்டமிடப்படாத தீர்மானங்கள்

புதிய, புதுமை வாய்ந்த சூழ்நிலைகளில் இந்த தீர்மானங்கள் எடுக்கப்படுவதால் இதற்கு அதிக கவனம் தேவை.

சில தீர்மானங்கள் தொடர் தருவாய்களில் எடுக்கப்படாததால், அதற்கு அதிக கவனம் தந்து, நிறைய காரியங்களை கலந்தாலோசிப்பது அவசியமாகும். திட்டமிடப்படாத தீர்மானங்கள் புதிய சிக்கலான சில சூழ்நிலைகளை கொண்டிருக்கும்.

இந்த வகையான தீர்மானத்திற்கு அதிக கவனம் தேவை, ஏனெனில் அவை மிகவும் முக்கியமானவை, பெரிதும் பாதிக்கக்கூடியவை.

திட்டமிடப்படாத தீர்மானங்களில் தேர்வுகளையும், விளைவுகளையும் குறித்து அதிக கவனம் தேவை. தீர்மானத்தின் விளைவுகள் மிகவும் குறிப்பிடத்தக்கதாக இருப்பதால், இந்த வகை தீர்மானங்களும் முக்கியமானவையாகும். இந்த வகை தீர்மானத்திற்கு அதிகம் யோசித்து நிறைய யுக்திகளை கையாள்வது அவசியமாகும்.

அவை நீடிய கால பாதிப்பை ஏற்படுத்தும்.

திட்டமிடப்படாத தீர்மானங்கள் ஒரு நபரின் வாழ்வை தலைகீழாக மாற்றக்கூடியவை. அது ஒரு நபரின் வாழ்வை மேன்மையுடையதாகவோ, அழுத்தம் நிறைந்ததாகவோ ஆக்க முடியும். ஒரு சில திட்டமிடாத தீர்மானங்களை நாம் மாற்ற முடிந்தாலும், சில முக்கியமான தீர்மானங்களால் நீண்ட கால பாதிப்பு உண்டு.

தீர்மானம் எடுப்பதின் முக்கியத்துவம்

தீர்மானம் எடுப்பது நம்முடைய நடவடிக்கையையும், வெற்றிக்காணலையும் பெரிதும் பாதிக்க கூடிய செயலாகும்.

அனைவருக்கும் இலக்குகளும், அதை சென்றடைய நிறைய வழிகளும் உள்ளன. நாம் நம்முடைய வாழ்வை குறித்து நிறைய திட்டமிட்டு, நமக்கு கிடைக்க கூடிய வளங்களை பயன்படுத்துகிறோம். நாம் எப்பொழுது சரியான விதத்தில் தீர்மானித்து, ஒரு சரியான மதிப்பீடுகள் உள்ள வழியை சார்ந்திருப்போமோ, அப்பொழுது நாம் நன்னடத்தையோடு, நாம் விரும்பத்தக்க சாதனையை பெற முடியும்.

நாம் வாழ்வில் எடுக்கும் சில தீர்மானத்திற்கு குறிகிய கால பாதிப்பிருக்கும், சில தீர்மானத்திற்கு வாழ்விய கால பாதிப்பிருக்கும்.

நாம் தொடர்ச்சியாக செய்யும் சில காரியங்களில் எடுக்கப்படும் தீர்மானங்கள் நம்முடைய பின்னணியை சார்ந்து எடுக்கபடுவதால், அது அதிகம் நம்மை பாதிப்பதில்லை, சில எதிர்மறை பாதிப்பு ஏற்பட்டாலும், அது நிர்வகிக்க கூடியதாக இருக்கும். புதுமை வாய்ந்த அல்லது வேற்றுமையான சூழல்களில் எடுக்கப்படும் தீர்மானங்கள் நம் வாழ்வையே மாற்றியமைக்க கூடியதாக இருக்கும்.

சிறந்த முறையில் தீர்மானங்கள் எடுப்பது, ஒரு மனிதன் வாழ்வில் திருப்தியோடும், வெற்றியோடும் முன்னேற உதவுகிறது.

தீர்மானங்கள் ஒரு மனிதன் நிகழ் காலத்தில் செய்யும் காரியங்களையும், இறந்த காலத்தின் சில வற்றையும், வருங்காலத்தையும் கூட பாதிக்க கூடியதாய் உள்ளது. இறந்த காலத்தின் தோல்வியிலிருந்து கற்றுக்கொண்டு மீண்டு, வாழ்வில் முன்னேற உதவுகிறது. சிறந்த முடிவுகள் நிகழ்கால வருங்கால செயல்களை திருப்தியானதாகவும், வெற்றிகரமானதாகவும் ஆக்குகிறது.

முறையில் தீர்மானம் எடுப்பது ஒரு நபர் திறன்களை விசேஷமாக தலைமைத்துவ திறன்களை வளர்த்துக்கொள்ள உதவுகிறது.

காரியங்களை இழுத்தடிக்கும் நபர் பெரும்பாலும் மற்றவரால் ஏற்றுக்கொள்ளப்பட மாட்டார், ஆனால் நிலையான நபர் நிறைய காரியங்களை கருத்தில் கொண்டு சிறந்த தேர்வை எடுப்பர், அதனால் அனைவராலும் பாராட்டப்படுவர். தீர்மானம் எடுக்கும் செயல் அதிகம் சிந்தனையை சார்ந்தது, அதனால் திறன்களும் வளரும். அறநெறிகளை கொண்டு உள்ளத்தின் சிந்தனையின் சமநிலையோடு மற்றவரின் நலனில் அக்கரைக்கொண்டு எடுக்கப்படும் தீர்மானங்கள் சிறந்தவையாகும், அதனால் அவை தலைமைத்துவ திறன்களை வளர்க்கவும் உதவுகிறது.

தீர்மானம் எடுப்பதை பாதிக்கும் காரணிகள்

தனிப்பட்ட காரணிகள்

கடந்த கால அனுபவங்கள், நிகழ்கால நம்பிக்கைகள் வருங்கால எதிர்பார்ப்புகள், தீர்மானம் எடுப்பதில் முக்கிய பங்கு வகிக்கின்றன.

ஒரு நபரின் கடந்த கால அனுபவங்கள் அவர்களின் சிந்தனையில் கருத்துக்கள் சிலவற்றை சேர்க்கும். ஒரு நபர் தங்கள் வாழ்வில் தீர்மானம் எடுப்பதற்கு அவர்களின் நம்பிக்கைகளும் முக்கியமானவை. வாழ்வின் சில காரியங்கள் முக்கியமானதா இல்லையா என நம்பிக்கைகளை கொண்டே தீர்மானிக்கின்றோம். வருங்காலத்தை குறித்த எதிர்பார்ப்புகளும், நிகழ்காலத்தில் எடுக்கும் தீர்மானத்தை பாதிக்கின்றன. .

சமூக காரணிகள்

கலாச்சார பழக்கங்கள், குடும்ப சூழ்நிலை, படிப்பு/ வேலை சூழல், முதலியன நாம் தீர்மானம் எடுப்பதை பாதிக்கின்றன.

ஒரு நபரின் சமூகத்தினோடு உள்ள தொடர்பு, குடும்ப பின்னணி, கலாச்சார பின்னணி, மொழி பின்னணி, படிப்பு/ வேலை சூழல், அவர்கள் முக்கியமான தீர்மானங்கள் எடுப்பதற்கு முக்கிய பங்கு வகிக்கின்றன. சமூக காரணிகள் ஒரு நபரின் வாழ்வை பெரிதும் பாதிக்கின்றன.

பொருளாதார காரணிகள்

வருவாய் அல்லது நிதிநிலை, ஆற்றல், வாழ்வுவளம் முதலியன தீர்மானம் எடுப்பதில் முக்கிய பங்கு வகிக்கின்றன.

ஒரு நபர் தன் நிலையை பணம் மற்றும் செல்வத்தின் அடிப்படையில் நிர்ணயிக்கும் பொழுது அவர்களின் தீர்மானங்கள் அதைக்கொண்டு பாதிக்கப்படும்., விஷேஷமாக அவர்கள் மற்றவருக்கு உதவவேண்டும் அல்லது பொருள் ஈட்ட வேண்டும் என்பதை பற்றின தீர்மானங்கள் அவர்கள் செல்வத்தை வரையறை செய்வதால் பாதிக்கப்படுகிறது. ஒரு நபரின் ஆற்றலும், வாழ்வுவளங்களும் கூட அவர்கள் எடுக்கும் தீர்மானங்களை பெரிதும் பாதிக்கின்றன.

தீர்மானம் எடுப்பதின் படிமுறைகள்

1. **பிரச்சனையை விவரியுங்கள்**

தீர்மானம் எடுக்க வேண்டிய பிரச்சனையை கண்டறிவது அவசியம்

ஒவ்வொரு மனிதருக்கும் வெவ்வேறு சூழலை சார்ந்த தேவைகளும், ஆசைகளும் உள்ளன. தேவையோ/ ஆசையோ திருப்திகரமாகவும், தடைப்பட்டதாகவும் இல்லாத பொழுது, அதை பிரச்சனையாக எண்ணி அதற்கு வேண்டிய தீர்வை கண்டறிய முயல்வர். தீர்மானம் எடுப்பதற்கும், தீர்வு காண்பதற்கும் பிரச்சனையை கண்டறிவது முதற் படிநிலையாகும்.

பிரச்சனையை கண்டறிந்தவுடன் அதை விவரிப்பது அவசியமாகும்

பிரச்சனையை கண்டறிந்தவுடன், பிரச்சனையின் காரணத்தையும் ஆராய்வது அவசியமாகும். பிரச்சனையின் பின்னணி, ஈடுபட்ட மக்கள்/ காரியங்கள், பிரச்சனையால் ஏற்படும் பின்விளைவுகள் போன்றவற்றை ஆராய்வது சிறந்த தீர்மானங்கள் எடுக்க உதவும்.

2. நோக்கங்களை தெளிவுப்படுத்திக்கொள்ளுங்கள்

பிரச்சனைகளுக்கான தீர்மானங்கள் எடுக்கும் பொழுது நோக்கங்களை அறிந்திருக்க வேண்டும்.

நமது வாழ்வின் சூழல்களை நாம் சந்திக்க தயாராகாத வரை, நம்மை சுற்றி பிரச்சனைகள் இருந்துக் கொண்டே தான் இருக்கும். சில பிரச்சனைகளை நாம் தீர்த்தே ஆக வேண்டியது அவசியமாகும், சில பிரச்சனைகளை தீர்க்க முயலாமல், ஒதுங்குவது அல்லது வேறுபட்டு செல்வது அவசியமாகும்.

நோக்கங்கள் சென்றடைய கூடியதாகவும், நமது நீண்ட அல்லது குறுகிய கால இலக்குகளுக்கு உபயோகமானதாகவும் இருக்க வேண்டும்.

நோக்கங்கள் தெளிவுடையதாகவும், சாத்தியமானதாகவும் இருக்கும் பொழுது தான், அவை நல்ல தீர்மானங்களை கொண்டு அடைய கூடியதாக இருக்கும். மற்றும் பிரச்சனைகளை தீர்ப்பதற்கான நோக்கங்கள் நமது நீண்ட அல்லது குறுகிய கால இலக்குகளை சென்றடைய, அறநெறிகளை கொண்ட மதிப்பீடுகளை உடையதாக இருக்க வேண்டும்.

3. விருப்ப தேர்வுகளை கண்டறிதல்

நாம் நோக்கங்களில் தெளிவடைந்த பிறகு, நாம் பயன்படுத்தக்கூடிய, நோக்கங்களை அடையக்கூடிய விருப்ப தேர்வுகளை கண்டறிய வேண்டும்.

நம்முடைய இலக்குகளை அடைவதற்கு நிறைய வழிகள் உள்ளன. முதலில் மதிப்பீடுகளுடன் சேர்ந்த நம்முடைய நோக்கங்களை நாம் தெளிவுபடுத்திக் கொள்ள வேண்டும், அதன் மூலம் நாம் விருப்பத் தேர்வுகளை கண்டறிந்து, இலக்குகளை அடைய அதில் சிறந்ததை சிறந்த தீர்மானத்தால் தேர்ந்தெடுக்க வேண்டும்.

சில விருப்ப தேர்வுகள் உபயோகமானதாகவும், தேவையானதாகவும் இருக்கும், சில அவ்வாறு இருக்காது.

சிறு முயற்சியால் சில விருப்ப தேர்வுகளை முன்னெடுக்க முடிந்தாலும், எல்லா விருப்ப தேர்வுகளும் மதிப்பீடுகளோடு சேர்ந்து சிறந்ததாக இருப்பதில்லை. சில விருப்ப தேர்வுகளை முன்னெடுப்பது கடினமாக இருப்பினும், நேரம் அதிகமாக செலவாகினும், சிறந்த முடிவுகளை கொடுக்கும். தீர்மானம் எடுக்கும் செயலில் ஒரு சில விருப்ப தேர்வுகளே உபயோகமானதாகவும் பயன்படுத்தக்கூடியதாகவும் இருக்கும்.

உபயோகமில்லாததும் தேவையில்லாததுமான விருப்ப தேர்வுகளை விட்டுவிடுங்கள்.

சாத்தியமான எல்லா விருப்ப தேர்வுகளையும் எண்ணிப்பார்த்து சிறந்த தீர்விற்காக செயல்படுத்த முடியாது. உபயோகமில்லாத தேவையில்லாத விருப்ப தேர்வுகளை விட்டுவிடலாம்.

4. விளைவுகளை ஆராயந்துப்பாருங்கள்

ஒவ்வொரு விருப்ப தேர்வுகளிலும் குறைப்பாடுகளை ஆராய்ந்து பார்க்க வேண்டும்.

நோக்கத்தை அடைய உதவும் அனை3த்து விருப்ப தேர்வுகளும் சாதகமானதாக இருக்காது. சில குறைபாடுகள் நிவிர்த்தி செய்ய கூடியவை, இன்னும் சிலவற்றை எடுத்துக்கொள்ள முடியாது. விருப்ப தேர்வுகளில் உள்ள சாத்தியமான விளைவுகளை கண்டறிந்து, குறைபாடுகள்

உள்ளதாயினும் கையாளக்கூடிய சிறந்த காரியத்தை தேர்ந்தெடுப்பது அவசியமாகும்.

வெவ்வேறு விருப்ப தேர்வுகளில் உள்ள நன்மைகளை ஆராய வேண்டும்.

.

நோக்கங்களை சென்றடைய சில விருப்ப தேர்வுகளில் நன்மைகள் இருக்கும், சில காரியங்கள் ஒரு தனிப்பட்ட நபருக்கு நன்மையானாலும், அறநெறிகளும் மதிப்பீடுகளுமின்றி நேராகவோ மறைமுகமாகவோ மற்றவருக்கும், சுற்றுப்புறத்திற்கும் பாதிப்பு ஏற்படுத்தும். எனவே, ஆராய்ந்து பார்த்து மக்களுக்கும், சுற்றுப்புறத்திற்கும் பாதிப்பு ஏற்படுத்தாத சிறந்த மாற்று விருப்ப தேர்வை கண்டறிவது அவசியமாகும்.

5. தேர்ந்தெடுங்கள்

வெவேறு விருப்ப தேர்வுகளில் உள்ள விளைவுகளை கண்டறிந்த பிறகு, நீங்கள் கையாளக்கூடிய வகையில் உள்ள காரணிகளை கருத்தில் கொண்டு தேர்ந்தெடுங்கள்

கண்டறிந்த விருப்ப தேர்வுகளில் உள்ள பயன்களையும், விளைவுகளையும் ஆராய்ந்த பிறகு தான் தேர்வுகளை தீர்மானிக்க வேண்டும். வளங்களோ திறன்களோ இன்றி நம்மால் தொடர முடியாத காரியத்தை நாம் தேர்ந்தெடுக்க கூடாது, நம்மால் கையாள முடிகின்ற காரியங்களை குறித்து ஆலோசிப்பது தீர்மானம் எடுக்கும் பொழுது அவசியமாகும்.

தேர்வுகள் தேவையானதாகவும், நாம் முன்பே யோசித்த அனைத்து நோக்கங்களையும் நிறைவேற்ற உதவுவதாகவும் இருக்க வேண்டும்

தீர்மானிக்கப்பட்ட தேர்வுகள் அலசி எடுக்கப்பட்டதாயும், விருப்ப தேர்வுகளில் சிறந்ததாயும் இருக்க வேண்டும். தேர்ந்தெடுக்கப்பட்ட காரியம் தேவையானதாகவும், தரத்தை விட்டுக்கொடுக்காது, கையாளக்கூடியதாகவும், சில குறைபாடுகளை சரி செய்து நோக்கங்களை நிறைவேற்றுவதாகவும் இருக்க வேண்டும்.

நோக்கங்கள் ஒரே நேரத்தில் சந்திக்கப்பட முடியாத பொழுது, தேர்ந்தெடுக்கப்பட்ட காரியம் அவசியமான முக்கியமான நோக்கங்களை வரிசை முறையில் நிவிர்த்தி செய்ய வேண்டும்.

நமக்கு எப்பொழுதும் முக்கியமான காரியங்கள் உள்ளன, அவசரமான காரியங்களும் உள்ளன. நேரம் இருக்கக்கூடிய சில முக்கிய காரியங்களை பிறகு பார்த்துக்கொள்ளலாம், அவசரமான சில முக்கியமான காரியங்களை முன்னுரிமை கொடுத்து முடிப்பது அவசியமாகும். தீர்மானிக்கப்பட்ட தேர்வு நம்முடைய அவசர மற்றும் முக்கியமான நோக்கங்களை நிறைவேற்றுவதாக இருக்க வேண்டும்.

மேம்பட்ட தீர்மானங்கள் எடுத்தல்

சமநிலையுடன் பகுத்தறிவு மற்றும் தன்னம்பிக்கையோடிருங்கள்

சிறந்த தீர்மானங்களை எடுக்க நாம் பகுத்தறியக்கூடியவர்களாயும், காரணங்களை ஆராய்கிறவர்களாயும் இருக்க வேண்டும். இருக்கின்ற வளங்களை, திறன்களை கவனத்தில் கொண்டு சமநிலையுடன் தீர்மானங்களை எடுக்க வேண்டும்.

நீங்களே உங்கள் வாழ்க்கைக்கு பொறுப்பானவர்கள், அதனால் எந்த நேரத்திலும் கைவிடாதிருங்க்ள். ஒன்றும் செய்யாமல் இருப்பதை விட, ஒரு பிரச்சனைக்கான தீர்வை கண்டறிய ஏதாகிலும் செய்யுங்கள்.

வெவ்வேறு சூழல்களில் நிறைய பாதிக்கக்கூடிய காரியங்கள் இருப்பினும், நம்முடைய வாழ்விற்கு நாம் ஒவ்வொருவரும் தான் பொறுப்புள்ளவர்கள், எனவே விட்டுவிடுவது ஒரு தேர்வாக இருக்க முடியாது. ஒரு பிரச்சனையை நாம் கண்டுக்கொள்ளாமல் தவிர்ப்பதை விட, அதை தீர்ப்பதற்கு ஏதாகிலும் செய்வது அவசியமாகும்.

முறையாக புதிய காரியங்களை கற்று உங்கள் அறிவை பெருக்கி கொள்ளுங்கள்

நமக்கு இருக்கின்ற அதிகப்பட்ச வாய்ப்புகளை கண்டறிவதன் மூலம் மேம்பட்ட தீர்மானங்களை எடுக்க முடியும். எனவே தினந்தோறும் புதிய காரியங்களை முறையாக கற்று அறிவை வளர்ப்பது அவசியமாகும்.

அனுபவம் நாம் நிறைய காரியங்களை கற்க உதவுகிறது, எனவே மூத்தவர்களின் அறிவுரையை கவனிக்க வேண்டும்.

நிறைய காரியங்களை நாம் படித்து புரிந்துக்கொள்ளலாம், ஆனால் சில காரியங்களுக்கு அனுபவம் தேவை. எனவே, ஒவ்வொரு காரியத்திலும் உதவி தேவைப்படும் பொழுது அதில் கற்றுத்தேர்ந்த மூத்தவர்களின் அறிவுரைகளை பெற நாம் கற்றுக்கொள்ள வேண்டும். அதே நேரம், உங்கள் வாழ்க்கைக்கு இன்னொருவர் தீர்மானம் எடுக்க விடாதிருங்கள், அப்படி இருந்தால் மற்றவர் இல்லாத பொழுது தடைசெய்யப்பட்டதாக உணர்வீர்கள். உலகில் எந்த நபருடனும் இன்னொருவர் எப்பொழுதும் உடன் இருப்பதில்லை என்பதே மறுக்க முடியாத உண்மை.

எதிர்மறை உணர்வுகளுக்கு செவிகொடாதிருங்கள், தீர்மானம் எடுக்கும் பொழுது நேர்மறை மனப்பான்மையுடையவர்களாய் இருங்கள்.

எதிர்பாராத நேரத்தில் நம்மை விரக்தியாக்குகிற எதிர்பாராத சூழ்நிலைகள் ஏற்படலாம். மக்களை சார்ந்திருக்கின்ற தீர்மானங்களை அவர்கள் அனைவரும் ஏற்றுக்கொள்ள வேண்டும் என்று அவசியமில்லை, எனவே நாம் எளிதாக எதிர்மறை உணர்வுகளை பெற வாய்ப்பு உள்ளது. மேம்பட்ட தீர்மானங்களை எடுக்க நேர்மறை எண்ணமுடையவர்களாய் உங்கள் இலக்குகளை நோக்கி நகருங்கள்.

தீர்மானம் எடுப்பதும் வெற்றியும்

நாம் எடுக்கும் அனைத்து தீர்மானங்களும் முக்கியமானதில்லை, எனினும் சில தீர்மானங்கள் நம்முடைய தனிப்பட்ட வாழ்வில் நீடிய கால விளைவை ஏற்படுத்த கூடியவையாகும்.

சில தீர்மானங்களை கொண்டுதான் நாம் நம்முடைய நேரத்தை, பொருளை, தாலந்துகளை உபயோகிக்கிறோம், அவை நம்முடைய மகிழ்ச்சிக்காகவும், திருப்திக்காகவும் பெரும்பாலும் இருக்கும். மற்றும் சில தீர்மானங்களை கொண்டு நாம் நம்முடைய நேரம், பொருள், தாலந்துகளை சேகரிக்கிறோம், அவை மிகவும் விலையேரப்பெற்றதாயும், கடினமானதாயும் இருக்கும். இவை இரண்டிலும் நேர்மறை காரியங்களும் உள்ளன எதிர்மறை காரியங்களும் உள்ளன. மற்றும் ஒரு சில காரியங்கள் நம்முடைய வாழ்வை பாதிக்கக்கூடியதாகவும் மிகவும் முக்கியமானதாகவும் இருக்கும்.

வெற்றி என்பது ஒரு நபர் கொண்டுள்ள நோக்கங்களை அடைவதாகும். நோக்கங்களை அமைத்திராத பொழுது, அதை அடைவதும், வெற்றியை அளவிடுவதும் கடினமாகும்.

நோக்கங்களை அமைப்பது தீர்மானம் எடுக்கும் செயலில் மிகவும் முக்கியமான காரியமாகும். நோக்கங்கள் இல்லையேல், ஒரு காரியத்தில் முன்னேற குறிப்பிட்ட திசையும், அர்த்தமும் இல்லாமல் இருக்கும். நோக்கங்கள் அமைத்திராவிடில் சென்றடையக்கூடிய அளவிடக்கூடிய வெற்றி இல்லாதிருக்கும்.

நாம் சிறந்த தீர்மானங்களை எடுக்க ஆரம்பிக்கும் பொழுது, ஒரு தடை ஏற்பட்டாலும் நாம் முன்னேறுவதை யாராலும் தடுக்க முடியாது. வேறு விருப்ப தேர்வுகளைக் கொண்டு நம் வாழ்வில் முன்னேறுவோம்.

ஒரு காரியத்தில் முன்னேற்றம் இருக்கும் பொழுது சில தடைகளும், உறுதியில்லா தன்மையும் நிச்சயம் இருக்கும். கவனமாக நம்மை சுற்றியுள்ள வாய்ப்புகளை நாம் கவனித்தரியும் பொழுது சிறந்த தீர்மானங்கள் எடுக்க முடியும். ஒரு தடை ஏற்பட்டால் கூட, வேறு விருப்ப தேர்வைகண்டறிந்து அதை தாண்டிச்செல்ல முடியும்.

சிறந்த தீர்மானங்கள் எடுப்பது ஒரு மனிதனை வெற்றியுள்ளவராக இருக்கஉதவுகிறது.

சிறந்த தீர்மானங்களை எளிதாக நடைமுறைப்படுத்த முடியும், மற்றும் தடைகள் இருப்பினும் விரும்பிய நோக்கங்களை சென்றடைய முடியும். எனவே அது ஒரு நபரை வெற்றியடைய செய்கிறது.

5. பகுத்தறியும் சிந்தனை

(மாறா நியதியுள்ள விதிகளை உபயோகித்து சுயத்தை தொடர்ந்து செயல்பட செய்யும் திறன்)

சிந்தனை- செயல்கள் நம்பிக்கைகள் விளைவுகளுக்கு இடையிலான ஓர் பாலம்

மனிதர்கள் அனைவரும் உடலமைப்பை மாத்திரம் கொண்டிருக்கவில்லை, உணர்வுகள், அறிவுத்திறன், சமூக நோக்குகளும் கொண்டுள்ளனர். நம் அனைவருக்கும் சில நம்பிக்கைகள் உள்ளன, மற்றும் நாம் சில செயல்களை செய்கிறோம், அதற்கான விளைவுகளும் உண்டு, இந்த சுழற்சி தொடர்ந்து சிந்தனை என்னும் பாலத்தினால் நகர்கிறது.

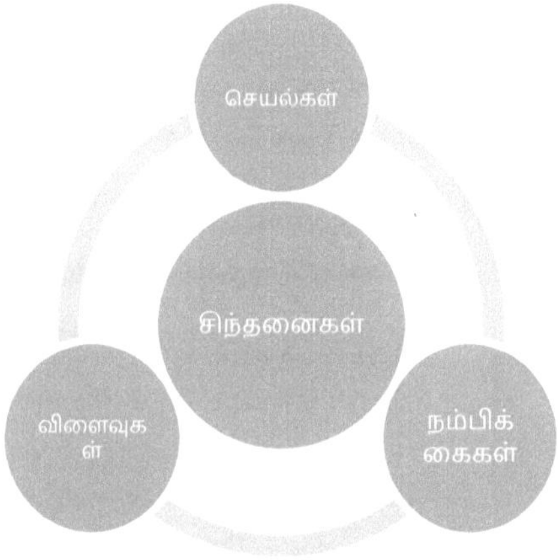

சிந்திக்கும் விதங்கள்

1. பகுத்தறிவு வாய்ந்த சிந்தனை

அறியப்படுகின்றதாகவும், முரண்பாடற்று உண்மையை சார்ந்ததாகவும், சோதித்தறியக் கூடியதுமாய் இருக்கும்.

பகுத்தறிவுள்ள காரியங்கள் பொதுவாக நிலையுடையதாயிருக்கும், ஏனெனில் அவை முறையாக சரியான திசை, போக்கு மற்றும் செயல் நோக்கம் கொண்டிருக்கும். அவை சோதித்து நிச்சயிக்க கூடியதும், செயல் முறையில் சாத்தியமான நிலைப்பாடு உடையதுமாக இருக்கும்.

மாறா நியதி

பகுத்தறியும் சிந்தனை சிந்திக்க வைப்பதாகவும், வெவ்வேறு காரியங்களின் அறிவு, வெவ்வேறு உணர்வுகள், ஒவ்வொரு நேரத்திற்கு இடத்திற்கு

ஏற்றவாறு நடந்துக்கொள்ளுதல் போன்றவற்றை கவனத்தில் கொண்டு, உண்மையை சார்ந்திருப்பதாகும்.

வளைந்துக்கொடுத்தல்

பகுத்தறியும் சிந்தனை சிந்திக்கும் செயலை வெவ்வேறு கோணங்களில் உள்ளடக்கியிருக்கும், மற்றும் ஒரு நபர் குறிப்பிட்ட இடத்தில் தடைப்படாமல் இருக்க வழிச்செய்யும். அது ஒரு நபர் எதிர்பாராத சூழ்நிலைகளை சந்திக்கும் பொழுது திட்டங்களை மாற்றிக்கொண்டு வளைந்துக்கொடுக்கவும் உதவும்.

முன்னுரிமையளித்தல், ஏனெனில் அது விருப்பத்தை வெளிப்படுத்தும்வற்புறுத்தாது

பகுத்தறிவோடு இருப்பது காரியங்களில் நிறைய வாய்ப்புகளை பெற்றிருக்கவும், காரியங்களை எதிர்க்கொள்ளவும், வெவ்வேறு சூழ்நிலைக்கு ஏற்றவாறு உணர்வுகளை வெளிப்படுத்தவும் ஒரு நபருக்கு உதவி புரியும். பகுத்தறியும் சிந்தனை ஒரு நபர் எதற்கு முன்னுரிமை கொடுக்க வேண்டும் என்பதற்கு உதவி புரியும். விருப்பத்தை வெளிப்படுத்தவும், இல்லாத காரியத்தை குறித்து விடாபிடியாக இல்லாமல் இருக்கவும் உதவும்.

2. பகுத்தறிவிற்கு மாறான சிந்தனை

இது உண்மைக்கு முரண்பாடானது, செயல்முறையால் நிச்சயிக்க முடியாதது.

பகுத்தறிவிற்கு மாறான சிந்தனை பின்னடைவாக இருக்கும். வழூவான புதிய சிந்தனைகளை பெற்றிருக்காது. சிந்தனைகள் ஒரு நோக்கத்திற்கான செயல்பாட்டை கொண்டிருக்காது, நோக்கத்திலிருந்து விலகி செல்வதாய் இருக்கும். பகுத்தறிவிற்கு மாறான சிந்தனை முரண்பாடானது, செயல்முறைகளில் மதிப்பீடுகளை பெற்றிருக்க கடினமானது, எனவே நிச்சயமானதாகவும் கூட இருக்காது.

நியதியின்மை

பகுத்தறிவிற்கு மாறான சிந்தனையில் சில காரியங்களை மனப்பான்மையில் மறைந்திருந்து குறுகிய நோக்கில் யோசிப்பதாக இருக்கும். சிக்கலான தொடர்பில்லாத காரியங்களை தொடர்புப்படுத்தி, நோக்கமற்றதும் திசையற்றதுமாய் இருக்கும். இது அறிவையும் உணர்வையும் நேரத்திற்கும் இடத்திற்கும் ஏற்றார்ப்போல் பயன்படுத்துவதாக இருக்காது.

வறட்டுத்தனமானது, வளைந்துக்கொடுக்க முடியாதது

பகுத்தறிவில்லாத சிந்தனை ஒரு நபர் தன் சிந்தனையில் சில காரியங்களை பிடித்து வைத்திருப்பதால், அவருடைய யோசிக்கும் செயலை குறுகியதாக ஆக்குகிறது. அதனால் ஒரு நபர் எதையாகிலும் சுயமாக நம்பி, பொதுவான கருத்துக்களை ஏற்பதில்லை, அது ஒரு நபரை வறட்டுத்தனமாக, வளைந்துக்கொடுக்க முடியாதவராக்குகிறது.

விருப்பத்தை வெளிப்படுத்துவதை விடுத்து வற்புறுத்துவதாக இருக்கும்

பகுதறிவில்லாதிருத்தல் ஒரு நபர் மற்றவர்களை விடுத்து தாம் யோசிப்பது மாத்திரம் சரி என்று நினைக்க செய்யும். பகுத்தறிவின்றி யோசிப்பவர்களால் வளைந்துக்கொடுக்க முடியாததாலும், அவர்கள் குறுகிய யோசனையுடையவர்களாய் இருப்பதாலும், அவர்கள் பெரும்பாலும் வற்புறுத்துகிறவர்களாய் இருப்பர், அவர்கள் விரும்பியதை அடைய ஆவல் கொள்வர், அதுவே வற்புறுத்தலுக்கு காரணமாகிறது.

பகுத்தறிவும் பகுத்தறிவு சிந்தனையும்

பகுத்தறிவு என்பது நாம் உண்மையையும் காரணத்தையும் கொண்டு காரணத்துவமிக்கவர்களாக இருக்க செய்யும் பண்பாகும். பகுத்தறிவு ஒருவரின் நம்பிக்கைகளையும் அதற்கான காரணங்களையும், செயல்களையும் அதற்கான காரணங்களையும் வெளிப்படுத்த கூடியதாக இருக்கிறது. பகுத்தறிவோடு இருப்பதென்பது எதை பற்றியும் கவலையில்லாமல் லாபத்தை கணக்கிடுவது இல்லை. செயல்களும், நம்பிக்கைகளும் யோசனைகளை பெற்றிருக்கிறது, நாம் சிந்தனையில் பகுத்தறிவோடு இருக்கும் பொழுதுதான், நம்முடைய நம்பிக்கைகளிலும் செயல்களிலும் திருப்தியாக சந்தோஷமாக இருக்க முடியும். ஒரு நபரின்

நீண்ட கால இலக்குகளுக்கும், மதிப்பீடுகளுக்கும் பகுத்தறியும் சிந்தனை ஆக்கபூர்வமானது, உதவிகரமானது, உபயோகமானது.

பகுத்தறியும் சிந்தனையின் அடிப்படைகள்

ஒவ்வொரு தனிப்பட்ட நபருக்கும் சுயத்தை மேம்படுத்தும் அல்லது தோற்கடிக்கும் உணர்வுகளை உருவாக்க ஆற்றல் உள்ளது.

நம் ஒவ்வொருவருக்கும் நாம் சந்திக்க பதிலளிக்க நமக்கே உரிதான சூழல்கள் உள்ளன. நாம் நம்முடைய சூழலை, நிலையை நிறைய நேரங்களில் மாற்றியமைக்க முடியாது ஆனால் அதற்கு எவ்வாறு பதிலளிக்கிறோம், அதை எவ்வாறு எதிர்கொள்கிறோம் என்பதை நிச்சயம் மாற்றியமைக்க முடியும். எனவே, நம்முடைய வெவ்வேறு உணர்வுகளை வெவ்வேறு வழிகளில் வெளிபடுத்தும் திறன் அனைவருக்கும் உண்டு, அதற்கு நம்முடைய பகுத்தறியும் சிந்தனை அடிப்படையாக உள்ளது.

மகிழ்ச்சியாக இருப்பதே ஒவ்வொருவரின் குறிக்கோளாகும். ஒரு நபரின் நம்பிக்கைகள் அவரின் மகிழ்ச்சியையும், உண்மையில் அவர்கள் இருக்கும் நிலையையும் பாதிக்கிறது.

இந்த உலகத்தில் யாரும் தங்கள் வாழ்வில் கஷ்டப்பட வேண்டும் என்று நினைக்க மாட்டார்கள், எப்படியாகிலும் மகிழ்ச்சிக் கொள்ள வேண்டும் என்று நினைப்போம். நேர்மையற்ற முறையில், பகுத்தறிவில்லாது மகிழ்ச்சியடையும் போது, சில நேரங்களில் அது வருத்தமாக மாறிவிடும். ஒரு தனிப்பட்ட நபரின் நம்பிக்கைகள் அவர்களின் செயல்களுக்கு முக்கிய காரணமாகிறது, எனவே அது அவர்கள் விரும்பிய நிலையை அடைய நினைக்கும் பொழுதும் அடையும் பொழுதும் மகிழ்ச்சியையும், ஆற்றலையும் பாதிக்கும்.

மக்கள் தங்கள் பகுத்தறிவில்லாத நம்பிக்கைகளால் கவனக்குறைவாக சில ஆளுமை மற்றும் உணர்வியல் தடுமாற்றத்திற்கு ஆளாவர், அதுவே மகிழ்ச்சியின்மையை ஏற்படுத்தும்.

நிறைய நேரங்களில் நாம் நம்முடைய தவறுகளை சரிசெய்யாமல் அதை குறித்து கவலைக்கொண்டிருப்போம். மற்றும் சில நேரங்களில் நாம் வேண்டாத, மாற்ற முடியாத சம்பவத்தை குறித்து கவலைக்கொண்டிருப்போம். நாம் நிறைய, பெரிய கனவுகளை

கொண்டிருப்போம் ஆனால் அதை அடைய முயற்சிகள் செய்யாமலிருப்போம். பகுத்தறிவில்லாத நம்பிக்கைகளால் நமக்குள்ளேயே நாம் சில ஆளுமைகளை வைத்துக்கொள்வது, தேவையில்லாத உணர்வியல் தடுமாற்றங்களை ஏற்படுத்தும், அதுவே மகிழ்ச்சியின்மைக்கு வழிவகுக்கிறது.

பகுத்தறிவின்மையும் பகுத்தறிவில்லாத சிந்தனையும்

பகுத்தறிவு இல்லாத அறிவு, சிந்தனை, பேச்சு, செயல் போன்றவை பகுத்தறிவின்மை எனப்படும். காரணத்தை உபயோகிக்காது உணர்வியல் அழுத்தத்தால், அறிவு குறைப்பாடால் உண்டாகும் செயல்களும் யோசனைகளும் பகுத்தறிவில்லாதிருக்கும். பகுத்தறிவின்மை இடையீடுகளில் பொறுமையோடிருப்பதை குறைக்கும், நிறைய காரியங்களை யோசிக்கும் அல்லது ஒன்றையும் யோசிக்காது. அது நிறைய காரியங்களை தனித்துவமாக்கிக்கொள்ளும், மற்றும் உணர்வுகளில் குறைப்பாடுள்ள காரணங்களை அளிக்கும்.

பொதுவான பகுத்தறிவில்லாத நம்பிக்கைகள்

நான் புதிய/ விலை அதிகமான ஆடைகளை உடுத்தினால் மக்கள் மதிப்பர்

ஒரு நபர் நேர்த்தியான உடை உடுத்தும் பொழுது நிச்சயம் மக்கள் நன்றாக நடத்துவர், எனினும் அது முதலில் பார்க்கும் பொழுதுதான். ஒரு நபர் நேர்மறையாகவும், மரியாதையுடனும் இன்னொருவரை நடத்தி உறவுக்கொள்ளும் பொழுதுதான், மரியாதையை திரும்ப பெறுவார்.

நான் கோவிலுக்கு/ ஆலயத்திற்க்கு சென்றால் தேர்ச்சியடைவேன்/ நல்ல மதிப்பெண்கள் வாங்குவேன்.

முளுஆளுமைத்தன்மையையுடைய கடுவுளை நம்புவது நிச்சயம் நிறைய நேர்மறை மனப்பான்மையை கொடுக்கும். ஆனால் அதே நேரம் நமது பொறுப்பின்மையையோ சோம்பேறித்தனத்தையோ கடுவுள் ஊக்குவிப்பதில்லை என்பதை உணர வேண்டும். பெயருக்காக கோவிலுக்கோ ஆலயத்துக்கோ செல்வது ஒன்றிற்கும் உதவாத ஒரு செயலாக மாத்திரமே இருக்கும்.

நான் வகுப்பறையில் எப்பொழுதும் விளையாடிக்கொண்டே இருந்தால் வாழ்வில் மகிழ்ச்சியாய் இருப்பேன்.

வகுப்பு பாடத்தை கவனித்துக் கொண்டிருப்பது சில நேரங்களில் மிக சலிப்பாக இருக்கும், அதே நேரம் வகுப்பில் விளையாடிக்கொண்டிருப்பது ஒரு நபரை செயலில் ஈடுபட செய்வதால் ஆர்வத்தோடு இருக்க செய்யும். ஆனால் இரண்டையும் ஆராய்ந்தால், நாம் வகுப்பில் பாடம் நடத்தும் பொழுது விளையாடிக்கொண்டிருப்பதால் ஒன்றையும் ஈட்டிக்கொள்வதில்லை, அதேசமயம் வகுப்பு பாடத்தை கவனிப்பதால் ஒரு சில காரியங்களையாவது பெற்று, சிறந்த முறையில் புரிந்துக்கொள்ள முயல முடியும்.

நான் தேர்வு நடத்துபவரை ஏமாற்றி நல்ல மதிப்பெண் பெற்றால், நல்ல இடத்தை/ வேலையை பெறுவேன்.

தேர்வாளரை ஏமாற்றுவதன் மூலம் நிச்சயம் படிநிலை அதிகரிக்கும். ஆனால் மதிப்பெண்கள் என்பது அடுத்த நிலைக்கு நகர உதவும் தற்காலிக ஆய்வாகும். ஒரு நபர் ஒரு நல்ல இடத்திற்கு/ நல்ல வேலைக்கு செல்ல மதிப்பெண்களை தவிர்த்து இன்னும் நிறைய காரியங்கள் அவசியமாகும். மதிப்பெண்களை விட ஒரு நபரின் திறன்களும், மனப்பான்மையும் அதிகம் கவனிக்கப்படுகிறது.

ஒரு நபருடன் நான் வாழ்வு முழுதும் நல்ல உறவை வைத்துக்கொள்வேன்.

மனிதர்களாக நம்முடைய ஆர்வங்களிலும் விருப்பங்களிலும் நாம் தனித்துவமுள்ளவர்களாய் இருக்கின்றோம். நாம் ஒவ்வொருவருக்கும் இருக்கும் வெளிப்பாடும், நமது பின்னணியும் வேறுப்பட்டுள்ளது. சிறு காரியத்திலிருந்து பெரிய காரியம் வரை மனிதர்கள் ஒவ்வொருவரின் இடையே கருத்து வேறுப்பாடுகள் உள்ளன. எனவே, நாம் ஒருவருக்கொருவர் இடையே நல்ல உறவு வைத்திருப்பது அவசியம், ஆனால் அதே சமயம் நம் ஒவ்வொருவரின் சூழலும் வெவ்வேறாக இருப்பதால் ஒரு நபர் இன்னொருவருடன் வாழ்க்கை முழுதும் கூட சேர்ந்து இருப்பது சாத்தியமல்ல.

நான் பணக்காரனாக ஆனால் மிகவும் மகிழ்ச்சியாவேன்.

மகிழ்ச்சி என்பது நம்மை சுற்றியுள்ள மக்களும், பொருளும், நாம் வகிக்கும் பதவியும் மாத்திரம் அல்ல. அது உடல், மனம், சமூகம் சார்ந்த பண்புகளின் சமநிலையாகும், அதுவே பிரச்சனைகளுக்கு மத்தியிலும் சந்தோஷமும் திருப்தியும் அளிக்ககூடியதாகும். எந்த பதவியில் எந்த நிலையில் ஒரு நபர் இருந்தாலும், ஒவ்வொரு நபரும் தங்களுக்கே உரிதான சூழ்நிலையை சந்திக்க வேண்டியிருக்கிறது.

தவிர்க்க வேண்டிய பகுத்தறிவில்லாத நம்பிக்கைகளை உடைத்தெறிதல்

ஒரு நபர் வாழ்வின் கடினமான சூழலை சந்திக்கும் பொழுதும், ஏற்றுக்கொள்ளப்படாதபொழுதும், சுய மதிப்பீடு குறைவாய் இருப்பதால்,

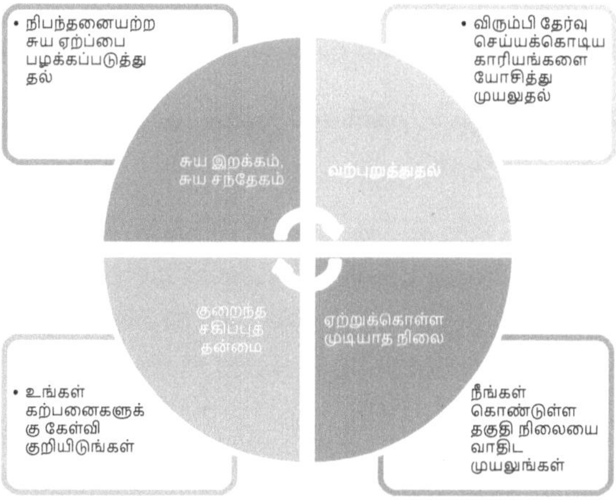

தன்னைத்தானே நொந்துக்கொண்டு சந்தேகம் கொள்வர். நிபந்தனைகள் இல்லாத சுய ஏற்பை கொண்டிருக்கும் பொழுது, சுய மதிப்பீட்டை அது மேம்படுத்த உதவும்.

நாம் எதிர்பார்க்கின்றபடி காரியங்கள் இருக்க வேண்டுமென வறுபுறுத்தும் பொழுது, நாம் ஏமாற்றமடைவோம். சரியான விருப்பத்தேர்வுகளுடன் பல காரியங்கள் நமது யோசனையில் இருக்கும் பொழுது, நாம் வற்புறுத்தும் தன்மையோடிருப்பதை தவிர்க்க முடியும்.

வாழ்வின் எதிர்மறையான காரியங்களால் நாம் பெரிதும் பூரித்திராத அனுபவங்கள் நிச்சயம் இருக்கும். அதை பொறுத்துக்கொண்டு தாண்டி செல்வது எளிதல்ல, அது மெதுவாக நம்முடைய ஆற்றலை சுரண்ட கூடும். சரியான மனப்பான்மையோடும் மதிப்பீடுகளோடும் எதிர்மறை

காரியங்களுக்கு எதிராக நாம் சண்டையிடும் பொழுதுதான், அதை மேற்கொள்ள முடியும்.

சில காரியங்கள் அது இருக்க வேண்டிய முறைமையில் இல்லாத பொழுது, நாம் ஏமாறுகிறோம். நாம் கொண்டுள்ள முன்னறிவின் படி சில காரியங்களை பற்றி முன்குறித்து வைத்துள்ளோம், அதுவே சகிப்புத்தன்மையை குறைக்கிறது. நம்முடைய முன்னறிவினை கேள்வி குறியிட்டு, அது சரியா தவறா என ஆலோசிப்பது, சகிப்புத்தன்மையை மேம்படுத்தும்.

நம்பிக்கைகளை பாதிக்கும் காரணிகள்

தனிப்பட்ட காரணிகள்

சில அனுபவங்களும், எதிர்பார்ப்புகளும் நம்முடைய நம்பிக்கைகளுக்கு காரணமாயிருக்கிறது.

நம்பிக்கைகள் என்பது நமது தன்நம்பிக்கையினை நாம் வைத்துள்ள யோசனைகள், அவை சத்தியமும், உண்மையுமாய் இருக்க வேண்டுமென நினைப்போம். சில காரியங்களை குறித்த ஒரு நபரின் தனிப்பட்ட அனுபவங்கள், அவர்களின் நம்பிக்கைகளுக்கு காரணமாகிறது, அது பகுத்தறிவை பாதிக்க கூடும்.

சமூக காரணிகள்

கலாச்சார பழக்கங்கள், குடும்ப சூழல், வேலை சூழல், சட்டங்கள் முதலியன நம்முடைய நம்பிக்கைகளை பாதிக்கும்.

நாம் சமூக இனங்களாக ஒருவரோடொருவர் சேர்ந்திருப்பதை விரும்புவோம், மற்றும் மற்றவர்களும் நாம் இருப்பதை தெரிந்துக்கொள்ள வேண்டும் என நினைப்போம். எனவே நாம் நமது கலாச்சார மதிப்பீடுகள், குடும்பம், சூழ்நிலை, சட்டங்கள் முதலியவற்றோடு, காரணங்களையோ பின்னணியையோ தெரிந்திராது, இசைந்திருக்க நினைப்போம், நாம் கொண்டுள்ள பழக்கவழக்கங்கள் நம்முடைய நம்பிக்கைகளை பாதிக்கும், நாம் யோசிக்கும் விதமானது, நாம் சிந்தனையில் கொண்டுள்ள காரியங்களையும் நம்பிக்கைகளையும் பொருத்துள்ளது, அதுவே காரணங்களுக்கு அடிப்படையாகவும் உள்ளது.

பொருளியல் காரணிகள்

நிதி சார்ந்த சூழ்நிலைகள், ஆற்றல், வாழ்வுவளம் முதலியன நம்முடைய நம்பிக்கைகளை பாதிக்கும்

மக்கள் தாங்கள் பெற்றுள்ள நிதி, ஆற்றல், வளமை முதலியவற்றை கொண்டே மதிப்பிடப்படுகிறார்கள். ஒரு நபர் மற்றவர்கள் வியக்கக்கூடிய வகையில் இருப்பது, நிச்சயம் அவர் சில காரியங்களை அடைய தன்னம்பிக்கையளிக்கும். ஆனால் அதே நேரம் நிறைய நேரங்களில் தங்கள் உயர் நிலையை பாதுகாத்துக்கொள்ள வேண்டுமென சிலர் கவலைக்கொள்வர், அவை அவர்களின் நம்பிக்கைகளையும், யோசிக்கும் செயல்களையும் பாதிக்கும்.

பகுத்தறிவோடு இருத்தல்

காரியங்களை குறித்து யோசிப்பதற்கும் செயல்படுவதற்குமான திறன் நமக்கு உண்டு, ஆனால் நாம் நம்மை சுற்றியுள்ள குறைப்பாடுகளை தெரிந்துக்கொள்வது அவசியமாகும்.

அனைத்து மனிதர்களுக்கும் புதுமையாக யோசிக்கும் திறன் உள்ளது அதன் விளைவாக காரியங்கள் தினந்தோறும் மாற்றமடைகிறது. ஆற்றலும், யோசிக்கும் திறனும் நம்மிடையே இருந்தாலும், அனைத்து காரியங்களையும் நுட்பமாக கணிக்க முடியாது. நாம் முடிவுள்ளவர்களாய் இருப்பதால், நமக்கு வரையறைகள் உள்ளன, பகுத்தறிவோடு இருப்பதற்கு நாம் அதை புரிந்துக்கொள்வது அவசியமாகும்.

அனைவருக்குள்ளும் உணர்வுகள், அறிவு, அனுபவம், வளங்கள் உள்ளன. அவை முழுவதுமாக பயன்படுத்தப்பட வேண்டியது அவசியம், ஒரு காரியத்தை மாத்திரம் பற்றிக்கொள்வது பகுதறிவின்மைக்கு வழிவகுக்கும்.

மனிதர்கள் ஒவ்வொருவரும் வெவ்வேறு காரியங்களை பிடித்திருக்கின்றபடியால், அவர்களே மிகவும் சிக்கலானவர்களாய் உள்ளனர். ஒவ்வொரு காரியங்களை தனித்தனியாக பார்த்து கடைப்பிடிப்பது சில நேரங்களில் சரியானதாய் இருக்காது, காரியங்களை முழுமையாக பார்ப்பது அவசியமாகும். ஒரு பண்பினை/ காரியத்தை மாத்திரம் பற்றிக்கொண்டு அதனோடு ஒட்டிக்கொள்வது பகுத்தறிவோடு இருக்க உதவாது.

எல்லாவற்றையும் கவனியுங்கள், நீங்கள் பார்ப்பதை தாண்டி யோசியுங்கள், வெவ்வேறு பார்வைகளை கொண்டு முடிவெடுங்கள்

ஒரு கோணத்தில் மாத்திரம் காரியங்களை பார்ப்பது நம்பிக்கையையோ யோசனையையோ மேம்படுத்த உதவாது, நாம் அனைத்து காரியங்களையும் கவனமாக கவனித்து, அந்த சூழலை தாண்டி ஆராய்ந்து யோசிப்பது அவசியமாகும், அப்படி செய்தால்தான் வெவ்வேறு பார்வைகளை கொண்டு நம்மால் சரியான முடிவுகளை எடுக்க முடியும்.

உங்கள் மதிப்பீடுகளை தெளிவுப்படுத்திக்கொள்ளுங்கள் மற்றும் உங்கள் சுயத்திற்கும், மற்றவர்களுக்கும் நேர்மையாக இருங்கள்.

மதிப்பீடுகள் நம்முடைய நம்பிக்கைகளின் வெளிப்பாடு, அது நம்முடைய சிந்தனைகளை பாதிக்கும். நம்முடைய மதிப்பீடுகளை தெளிவாக விவரித்து, நமது குறைபாடுகளையோ பலத்தையோ மற்றவர்களின் குறைபாடுகளையோ பலத்தையோ ஏற்றுக்கொள்வதில் நேர்மையாக இருக்கும் பொழுது, பகுத்தறிவோடு இருக்க முடியும்.

உங்களுடைய குறைப்பாடுகளையும், மற்றவர்களின் குறைப்பாடுகளையும் ஏற்றுக்கொள்ளுங்கள். உங்கள் ஆளுமையை வளர்த்துக்கொள்ள உங்களை சரிசெய்து கொள்ளுங்கள்.

நிறைய நேரங்களில் நம்முடைய குறைப்பாடுகளை குறித்து வருந்துகிறோம் ஆனால் அதை கண்டறிந்து மேற்கொள்ள தவறுகிறோம். நாம் நம்முடைய குறைப்பாடுகளை ஏற்றுக்கொள்ளும் பொழுது, நம்முடைய திறனுக்கு மேலாக எதையும் முயற்சிக்க மாட்டோம் அல்லது நம்மை சரிசெய்து நம்முடைய ஆளுமையை மேம்படுத்திக்கொள்வோம்.

புதிய காரியங்களை தினமும் கற்றுக்கொண்டு, உங்கள் அறிவை மேம்படுத்திக்கொள்ளுங்கள்

நிறைய காரியங்களை கற்பது வெவ்வேறு காரியங்களை குறித்து வெறும் அறிவை மாத்திரம் தருவதில்லை. அது பின்னிப்பினைந்த நிறைய காரியங்களை தொடர்புப்படுத்த உதவுகிறது. காரியங்களை குறித்த அறிவை பெறுவது, நமக்கிருக்கும் வெளிப்பாட்டை அதிகரிக்கவும், பகுத்தறிவுடன் இருக்கவும் உதவும்.

எதிர்மறை உணர்வுகளை கையாளுதல்

கஷ்டமான காரியங்கள் எதிர்மறை உணர்வுகளுக்கு வழி வகுக்கும். சில எதிர்மறை உணர்வுகளும் பகுத்தறிவு உள்ளவையே.

சோகமும் சோர்வும்

பிடிக்காத அல்லது எதிர்பாராத காரியங்கள் சம்பவிக்கும் பொழுது, அனைத்து மனிதர்களுக்கும் வெறுப்பும் ஏமாற்றமும் இருக்கும், அதற்காக நாம் வருத்தப்படுவதால் சோகம் உண்டாகும். சோகத்திலிருந்து மீள முடியும், ஆனால் அது சோர்வாக மாறும் பொழுது, அதை கையாள்வது கடினம்.

உறுத்தல் மற்றும் குற்றஉணர்வு

தவறுகள் நிச்சயம் நமக்கிடையே இருக்கும். ஆனால் செய்த தவறுகளை திரும்ப திரும்ப செய்வது, நம்முடைய அறநெறிகளை அழிக்கும். அதே நேரம் சில குற்றங்கள் குற்றவுணர்வை ஒரு வடுவாக ஏற்படுத்தும், அதுவே சிலரை முடக்கிப்போடும். குற்ற உணர்வு மனம் திரும்புவதற்கு உதவும், குற்ற உணர்வில் தொடர்ந்து இருக்கும் பொழுது அது அத்தியாவசியமான காரியங்களில் இருந்து பிரிக்க கூடும். எனவே நாம் சில எதிர்மறை காரியங்களுக்கு வருந்த வேண்டும், ஆனால் அதற்கான சரியான தீர்வுகளை எடுத்த பிறகும் குற்ற உணர்வில் தொடர வேண்டிய அவசியமில்லை.

அக்கறையும் கவலையும்

நாம் சில காரியங்களை சில நபர்களை வாழ்வில் நேசிக்கிறோம், அதற்காக நேரம் செலவழிக்கவும் விரும்புகிறோம். நாம் விரும்பும் காரியங்களிலும், நம்மை பாதிக்கும் காரியங்களிலும் நாம் அக்கறை கொண்டிருப்பது தவறில்லை. ஆனால் காரணமில்லாமல் எல்லா நேரமும் சில காரியங்கள் நம்மோடு இருக்க விரும்பி அதை குறித்து கவலை கொள்வது, நடைமுறையில் உண்மைகளை சந்திக்கும் பொழுது ஆழ்ந்த வலியை ஏற்படுத்தும்.

பகுத்தறிவோடு இருப்பதன் முக்கியத்துவம்

பகுத்தறிவு என்பது நாம் இருக்கின்ற நிலையில் திருப்தியுடன், சந்தோஷமுடன் இருந்து சுய உண்மைநிலையை அடைய உதவுகிறது.

பகுத்தறிவோடு இருப்பது, நாம் யார், நமது தேவை என்ன, நம்முடைய வாழ்வின் வெவ்வேறு சூழல்களை எவ்வாறு கையாளலாம் என்பதை அறிய உதவுகிறது. எனவே, பகுத்தறிவோடு இருப்பது நமக்கு இருக்கும் காரியங்களை கொண்டு நாம் திருப்தியாகவும், சந்தோஷமாகவும் இருக்க உதவுகிறது, மற்றும் நாம் நம்மை மேம்படுத்திக் கொண்டு சுய உண்மைநிலையை அடைய வழிச்செய்கிறது.

பகுத்தறிவோடு இருப்பது நாம் திறந்த பார்வையுடையவர்களாய் இருக்க உதவுகிறது, மற்றும் நேர்மறை மனப்பான்மையோடு நிறைய தேர்வுகளில் இருந்து சிறந்த தீர்மானம் எடுக்க உதவுகிறது.

நாம் காரியங்களை திறந்த மனதோடும் மனப்பான்மையோடும் பகுத்தறியும் பொழுது, நாம் நிறைய யோசித்து சிறந்ததை, சாத்தியமானதை, ஏற்றதை கண்டறிவோம். எனவே, அது காரியங்களில் திறந்த பார்வையுடையவர்களாய், விருப்ப தேர்வுகளில் சிறந்த தேர்வினை நேர்மறை மனப்பான்மையோடு தீர்மானிக்க உதவுகிறது.

பகுத்தறிவோடு இருப்பது காரணத்துவமுள்ள சிந்தனையோடு உண்மையை கண்டறியவும், மற்றவரின் சிந்தனையால், நம்முடைய கலாச்சார பழக்கங்களால் பாதிப்படையாமல் இருக்க உதவுகிறது.

நாம் சில கட்டளைகளை, காரியங்களை பின்பற்ற ஊந்தப்படுகிறோம், மற்றும் பெரிதும் யோசிக்காமலும், காரணமில்லாமலும் சில கலாச்சார பழக்க வழக்கங்களை பின்பற்றுகிறோம்.. பகுத்தறிவு சிந்தனை காரணங்களை பயன்படுத்தி உண்மையை கண்டறியவும், தெளிவில்லாத யோசனைகளால் பாதிக்கப்படாமலும் இருக்க உதவுகிறது.

பகுத்தறிவோடு இருப்பது நமக்குள்ளேயும், வெளியேயும் இருக்கும் பிரச்சனைகளை தீர்க்க உதவுகிறது.

நாம் உட்கொள்ளும் விதம் வெவ்வேறாக இருப்பதால் பிரச்சனைகள் நமக்குள் எப்பொழுதும் இருக்கும், நம்முடைய சூழலும் வெளியில் இருந்து வரும் பிரச்சனைகளுக்கு காரணமாகிறது. பகுத்தறிவு சிந்தனை ஒரு தனிப்பட்ட நபர் நிறைய தேர்வுகளை கண்டறிந்து தனக்குள்ளேயும்,

வெளியேயும் உள்ள பிரச்சனைகளை தீர்க்கவோ தவிர்க்கவோ உதவுகிறது.

6. மனஅழுத்த மேலாண்மை

(கடுமையான சூழல்களை சமாளிப்பதற்கு தேவையான முக்கியமான திறன்)

முன்னுரை

மன அழுத்தம் என்பது சிரமமான, பல கோரிக்கைகள் சூழ்ந்துள்ள நிலை இருக்கும் பொழுது உள்ள உணர்வுகளின் சிரமம் அல்லது பதற்றமாகும்.

ஒரேநேரத்தில் பல காரியங்கள் சூழ்ந்துக்கொள்ளும்பொழுதும், சில ஏமாற்றங்கள் உண்டாகும் பொழுதும், அனைவரும் சில நேரங்களில் மன அழுத்தத்திற்கு உள்ளாகிறோம். மன அழுத்தம் உணர்வுகளின் சிரமத்தாலும், பதற்றத்தாலும் உண்டாகும் மன சோர்வாகும். எதிர்மறையான சூழ்நிலைகளிலும், நமது நிலைக்கு மிஞ்சின எதிர்பார்புடைய சூழ்நிலைகளிலும் மன அழுத்தம் உண்டாகலாம்.

மனஅழுத்தம் என்பது உடல் மனம் சார்ந்த சமநிலையில் குறுக்கிடுகின்ற சாதாரண எதிர்வினையாகும். அது வாழ்வில் எப்பொழுதும் இருக்க கூடியதுமாகும்.

ஒரு நபர் ஆரோக்கியமாக செல்வ சிறப்புடன் இருப்பதால் மாத்திரம் நன்மையாக உணர்வதில்லை, அவர்களின் சமுதாய உணர்வியல் தேவைகள் சந்திக்க படுவதாலும் தான் திருப்தியாய் உணர்கிறார்கள். மனம் சர்ந்த காரியங்களும் உடல் சர்ந்த காரியங்களும் ஒன்றை ஒன்று சார்ந்திருக்கிறது. அதன் சம நிலையில் ஏதாவதொரு இடையூறு ஏற்படும் பொழுதும, அதன் எதிர்வினையே மன அழுத்தமாக இருந்து வாழ்வு முழுவதும் தொந்தரவாகிவிடுகிறது. மன அழுத்தம் வாழ்வு முழுவதும் இருப்பதாகும்.

மன அழுத்தம் உள்ள ஒரு காரியம் மனிதனின் உடலில் அட்ரினலின் மற்றும் கார்டிசோல் ஆகிய ஹார்மோன்களைசுரக்க செய்து, எதிர்விணையாக உடலில் சீறி பாய செய்கிறது.

சிரமமான உணர்ச்சிவசப்பட்ட சூழலில் நம்முடைய ஆற்றலை சந்தேகிக்கும் பொழுது, நமது இதயம் மன அழுத்தம் காரணமாக வேகமாக அடிப்பதை உணரலாம். அட்ரினலின் மற்றும் கார்டிசோல் ஆகிய

ஹார்மோன்கள் உணர்வுகளின் விளைவினால்சு ரந்து, எதிர்வினையாக உடலில் பாய்கிறது.

மன அழுத்தத்தின் அறிகுறிகள்:

உடல் சார்ந்த அறிகுறிகள்

மனஅழுத்தத்தினால் உண்டாகும் ஹார்மோன்களின் எதிர்செயல்களால் ஒரு நபர் நிறைய உடல் ரீதியான கோளாறுகளால் பாதிக்கப்படுகின்றனர்.

- வலி மற்றும் நோவு
- வயிற்றுப்போக்கு அல்லது மலச்சிக்கல்
- குமட்டல் மற்றும் மயக்க உணர்வு
- நெஞ்சு வலி மற்றும்வேகமான இதய துடிப்பு
- பால் சார்ந்த செயல் பாடுகளை இழத்தல்
- அடிக்கடி உண்டாகும் சளி

உணர்வு சார்ந்த அறிகுறிகள்:

மன அழுத்தம் என்பதே உணர்வியல் கோளாறாக இருக்கிறது அது இன்னும் சில உணர்வு சம்பந்தமான பிரச்சனைகளை உண்டாக்குகிறது. பின்வருவன மன அழுத்தத்திற்குரிய உணர்வுகள் சார்ந்த அறிகுறிகளாகும்.

- துயர்நிலை
- எரிச்சல்அல்லது முன் கோபம்
- கிளர்ச்சி, ஓய்வெடுப்பதற்கு இயலாமை
- அதிகமான உணர்வுகள்

- தனிமை மற்றும் தனிமையான உணர்வு
- மனச்சோர்வு அல்லது மகிழ்ச்சியின்மை

அறிவாற்றல் சார்ந்த அறிகுறிகள்

மன அழுத்தம் நம்முடைய சிந்திக்கும் ஆற்றலை பாதிக்கிறது, அதுவே உடல் மற்றும் உணர்வு சார்ந்த பிரச்சனைகளை உண்டு செய்து அறிவாற்றலையும் பாதிக்கிறது. பின்வருவன மன அழுத்தத்திற்குரிய அறிவாற்றல் சார்ந்த அறிகுறிகளாகும்.

- ஞாபக பிரச்சனை
- கவனம் செலுத்துவதில் இயலாமை
- மோசமான கனிப்பு திறன்
- எதிர்மறை காரியங்களை மட்டும் பார்த்தல்
- ஏக்கம் அல்லது விரைவான சிந்தனைகள்
- நிலையானவருத்தங்கள்

நடத்தை சார்ந்த அறிகுறிகள்

மன அழுத்தம் காரணமாக உடல், மனம், அறிவாற்றல் பாதிக்கப்படுவதால், நமது நடக்கையும் சேர்ந்துதானாகவே பாதிக்கப்படுகிறது. ஏனெனில் நமது சிந்தனைகள் செயல்களின் காரணமாய் இருக்கின்றன. பின்வருவன மன அழுத்தத்திற்குரிய நடத்தை சார்ந்த அறிகுறிகளாகும்.

- நிறைய அல்லது குறைவாக சாப்பிடுவது
- நிறைய அல்லது குறைவாகதூங்குவது

- பொறுப்புகளை தள்ளிபோடுவது அல்லது புறக்கணிப்பது
- தளர்வாவதற்கு மது, சிகரெட், போதை மருந்துகளை பயன்படுத்துவது
- பதட்டமான பழக்கங்கள் (எ-டு. நகம் கடிப்பது, மிக நிதானமாக அல்லது வேகமாக செயல்படுவது)
- தன்னையே மற்றவரிடமிருந்து தனிமைப்படுத்துவது)

மன அழுத்திகளும் அதின் வகைகளும்

உணர்வியல் மன அழுத்திகள்- நம்பிக்கைகள், மதிப்பீடுகள், நெருக்கடிகள், வாழ்க்கை சம்பவங்கள், முதலியன.

நாம் அனைவருக்கும் உணர்வுகள் இருக்கிறது, அதுவே மற்றவர்களோடு சேர மற்றவர்களின் தேவைகளை புரிந்துக்கொள்ள உதவுகிறது. ஒரு சில உணர்வுகள் அழுத்தத்தை உண்டுபண்ணும். நம்முடைய நம்பிக்கைகள் ஏமாற்றமளிக்கும் பொழுதும், பகுத்தறிவில்லாதிருக்கும் பொழுதும் அது மன அழுத்தத்தை உண்டுபண்ணும். மனப்பான்மை தவறானதாக இருக்கும் பொழுது அதை மற்றவர் விமர்சிக்கும் பொழுது மன அழுத்தம் உண்டாகும். மற்றும் நம்முடைய மதிப்பீடுகள் தவறானதாக இருக்கும் பொழுது எல்லாம் வெறுமையாகும் சூழல் உண்டாகும், அது மன அழுத்தத்தை உண்டுபண்ணும். சில சாதாரண சிக்கல்கள், எதிர்பார்க்காத நிகழ்வுகள் கூட உணர்வியல் மன அழுத்தத்தை உண்டுபண்ணும்.

சூழல் சார்ந்த மன அழுத்திகள்- வெப்பம், சத்தம், கூட்ட மக்கள், முதலியன.

எல்லா மக்களும் தங்கள் சுய சூழ்நிலையை கொண்டுள்ளனர். சில மக்கள் நகர்களில், சாலை ஓரங்களில், உயர் கட்டிடங்களில், கட்டமைப்புகள் நிறைந்திருக்கின்ற இடங்களில் வாழ்கின்றனர், சிலரோ பச்சபசேலான கிராமப்புறங்களில், சாதாரண வாழ்க்கையாக இயற்கையோடு வாழ்கின்றனர். நமக்கு கண்டிப்பாக தேவைப்படும் காரியங்களோ விருப்பத்திற்குரிய எதிர்பார்ப்புகளோ ஒரு சூழலில் இல்லாத பொழுது அது மன அழுத்தத்தை உண்டுபண்ணும். இருக்கின்ற இடத்தில் உள்ள அதிக

வெப்பம் கூட சில நேரங்களில் மன அழுத்தத்தை உண்டுபண்ணும். சத்தத்தினால், தொழிற்சாலைகளிலும், வாகனங்களிலும் உண்டாகும் மாசு, மற்ற காரணிகளால் உண்டாகும் மாசு மன அழுத்தத்தை உண்டுபண்ணும். சில நபர்களுக்கு மக்கள் கூட்டத்தை பார்க்கும் பொழுது அச்சம் ஏற்படும்.

உடல் சார்ந்த மன அழுத்திகள்- போதை பொருட்கள், காப்பி தேயிலை நச்சு, புகையிலை, முதலியன

பெரும்பாலானோர் சாதாரண தேநீரில் இருந்து ஒரு போதை பொருளாக ஏதாவது ஒரு ஊக்கியையோ அழுத்தியையோ உபயோகிக்கிறோம். அனைவருக்கும் கடுமையான சூழல்கள் நிச்சயம் நேரிடும், இல்லையேல் சக நண்பர்களின் வற்புறுத்துதல் நிறைய நபர்களை போதை பொருட்கள், காப்பி, தேயிலை நச்சு, புகையிலை, போன்ற காரியங்களை பயன்படுத்த செய்கிறது. ஆனால் சில காலங்கள் செல்ல செல்ல, அது உடலோடு சேர்ந்து, அதை சார்ந்திருக்க செய்கிறது, மற்றும் உடல் சார்ந்த மன அழுத்தத்தையும் உண்டுபண்ணுகிறது.

மற்ற மன அழுத்திகள்- பொறுப்பின்மை, வற்புறுத்தல், முதலியன

நம்மில் அநேகர் நமக்கிருக்கும் பொறுப்புகளை நிறைவேற்றுவதில் அதிக கவனம் செலுத்துவதில்லை, வெளியிலிருந்து ஒரு ஊக்கம், தூண்டுதல், சில நேரங்களில் வர்புறுத்துதலும் அவசியமாகிறது. நாம் பொறுப்பில்லாதிருந்தால் நம்முடைய கடமைகளையும், பொறுப்புகளையும் நிறைவேற்ற இயலாது, அல்லது அரைகுறையாகவே முடிக்க இயலும், அது நம்மை உணர்வு மற்றும் அறிவு ரீதியாக திறன் இல்லாதவர்களாக்கி மன அழுத்தத்தை உண்டுபண்ணும். நம்முடைய தகுதியை தாண்டி சில காரியங்களை செய்ய நாம் வற்புறுத்தப்படும் பொழுது அது மன அழுத்தத்தை உண்டுபண்ணும்.

மன அழுத்தத்தை ஏற்படுத்தும் காரணிகள்:

உள்ளார்ந்த காரணிகள்:

சாத்தியமல்லாத எதிர்பார்ப்புகள்

ஒவ்வொரு மனிதரும் தங்கள் சுய விருப்பங்களையும், ஆர்வங்களையும் கொண்டுள்ளனர், அதனால் எதிர்பார்ப்புகளும் தோன்றுகின்றன.

நம்முடைய எதிர்பார்ப்புகள் வெவ்வேறு காரணிகளை பொறுத்திருக்கிறது, சில எதிர்பார்ப்புகள் நடைமுறையில் சாத்தியமாய் இராதபடி மிக உயரமாயிருக்கிறது. எதிர்பார்ப்புகள் நிறைவேறாத பொழுது அது மன அழுத்தத்தை உண்டுபண்ணும்.

வாழ்வில் நடக்கும் ஏதாவது திடீர் மாற்றம்

நாம் தினசரியாக அல்லது முறையாக விசேஷித்து செய்யும் அனைத்து காரியங்களும் முன்பே ஓரளவிற்கு திட்டமிடப்படுகிறது. நாம் செய்யும் காரியங்களில் பிடிக்காத ஒரு மாற்றம் திடீரென நிகழும் பொழுது, நிறைய காரியங்கள் முட்டி மோதி கொள்வதாக உணர்கிறோம், அது கையாளுவதற்கு சிறிது கடினமாயும், அழுத்தத்தை உண்டுபண்ணுவதாகவும் இருக்கும்.

ஏற்றவாரில்லாத மனப்பான்மையும் உற்று நோக்கும் விதங்களும்

நாம் எதிர்மறையான மனப்பான்மையை கொண்டிருக்கும் பொழுதும், காரியங்களை பார்க்கும் விதம் உண்மைக்கும், பகுத்தறிவிற்கும் ஏற்றவாறு இல்லாத பொழுதும், மற்றவர்கள் நம்மை ஏற்காமல் இருக்க நிறைய வாய்ப்புகள் உள்ளன. மற்றும் நாம் செய்யும் காரியங்களில் சிறந்தவர்களாய் இருக்கவும் இயலாது, அது மன அழுத்தத்தை உண்டுபண்ணும்.

பயமும் நிச்சயமில்லாமையும்

எல்லோரும் நம் வாழ்வில் நமக்கு பயம் உண்டாகும் சில சூழ்நிலைகளை சந்திக்கின்றோம். மற்ற மனிதர்களை இழக்கின்றதான பயம் அல்லது அங்கீகாரத்தை இழப்பதற்கான பயம் போன்ற சில பயங்கள் நேர்மறையானவை, ஆக்கப்பூர்வமானவை. இருட்டு அல்லது ஏதாவது பொருளை இழப்பதற்கான பயம் போன்ற சில பயங்கள் பகுதறிவில்லாததாய் நம்மை அழிக்கக்கூடியவை. பயம் பெரும்பாலும் மன அழுத்தத்தோடு சேர்ந்திருக்கும். நிச்சமில்லாத காரியங்கள் என்பது அனைவரின் வாழ்விலும் இன்றியமையாதது, அதை தவிர்க்க முடியாது. ஆனால் எப்பொழுதும் எதிர்பாராத காரியம் நிகழும் என பயப்படுவது நாம் முன்னோக்கி நகர்வதை தடுக்கும், அதுவே மன அழுத்தத்தை உண்டுபண்ணும்.

குறைந்த சுய மதிப்பீடு

அனைவரும் தங்கள் சுயத்தை நேசிக்க, இந்த உலகில் தங்கள் தனித்துவ பங்களிப்பை உணர்ந்துக்கொள்ள, தங்கள் சுயத்தின் மேல் தன்னம்பிக்கை உள்ளவர்களாய் இருப்பது அவசியமாகும். ஒரு மனிதனின் சுய மதிப்பீடு குறைந்திருக்கும் பொழுது அது மன அழுத்தத்தை உண்டுபண்ணும்.

சுய மரியாதை இல்லாதிருத்தல்

அனைவருக்கும் நமக்கே உரிதான தனித்துவமும், தனிப்பட்ட அறிவும் நமக்குள் உள்ளது. நாம் சுய மரியாதையோடு இருப்பதற்கு நம்முடைய பலங்களை அறிவது அவசியம், அது நமக்கு நாமே மரியாதை கொடுக்க உதவுகிறது. நமக்கு சுய மரியாதை இல்லாதிருக்கும் பொழுது தாழ்வு மனப்பான்மை உண்டாகி, அது மன அழுத்தத்தை உண்டுபண்ணும்.

உடல் அல்லது மனம் சார்ந்த பிரச்சனைகள்

எல்லா மனிதரிடமும் உடல் ரீதியாக அல்லது மனம் ரீதியாக ஏதாவது குறைகள் பெரும்பாலும் இருக்கும். உடல் ரீதியான பிரச்சனைகள் வெளிப்படையானது, அத்தகைய பிரச்சனைகள் உள்ள மக்கள் மற்றவரின் விமர்சனங்களால் மன அழுத்தத்திற்கு உள்ளாவர். மனம் ரீதியாக உள்ள பிரச்சனைகள் வெளிப்படையானதல்ல, எனினும் மக்கள் தங்கள் சுய உணர்வுகளின் பாதிப்பால் மன அழுத்தத்திற்கு உள்ளாகின்றனர்.

சுய அடையாளம் இல்லாதிருத்தல்

அடையாளம் என்பது மற்றவர்கள் ஒருவரை அங்கீகரிக்க உதவும் ஒருங்கிணைந்த காரியமாகும். அடையாளம் என்பது நம்முடைய செயல்களால், நடக்கையால் நம்மை நாமே விவரிப்பதாக இருக்கலாம், நாம் சமூகமாக இருப்பதால் அது எளிதாக மற்றவர்களுக்கு தெரியவருகிறது. சுய அடையாளம் இல்லாத பொழுது அல்லது எதிர்மறையான அடையாளம் இருக்கும் பொழுது, அது வெறுப்பையும் பிரிவையும் ஏற்படுத்தும், அதுவே மன அழுத்தத்தையும் விளைவிக்கும்.

வெளிப்புறமான காரணிகள்:

நேசிக்கும் நபரிடமிருந்து பிரிந்திருத்தல்

நாம் நிறைய உறவுகளை கடக்கிறோம். அனைத்து உறவுகளுக்கும் அதின் முக்கியத்துவம் உண்டு. நாம் நேசிக்கும் நபருடனான தீர்க்க முடியாத பிரிவு வருத்தத்தை உண்டாக்கும். மற்றும் உண்மையை ஏற்றுக்கொள்ளாது பிரிவினைகளை குறித்து சிந்தித்து கொண்டிருப்பது மன அழுத்தத்திற்கு வழி வகுக்கும்.

பள்ளி/ கல்லூரி/ வேலையிடத்தில் உள்ள பளுவினால் உண்டாகும் அழுத்தம்.

எப்பொழுதும் எல்லா இடங்களிலும் சரியான சூழல் அமைவதில்லை. மென்மையான நேரங்களும் கடுமையான நேரங்களும் சேர்ந்தே இருக்கும். ஒரு தேவையோ நெருக்கடியோ இருக்கும் பொழுது நாம் நம்முடைய பள்ளியில்/ கல்லூரியில்/ வேலையிடத்தில் கூடுதலான பொறுப்புகளை கையாள வேண்டியிருக்கிறது, சில நேரங்களில் அதுவே பளுவாகவும் இருக்கிறது. அவை நம் திறனிற்கும், நாம் செய்து முடிக்க கூடிய கால கட்டத்திற்கும் தாண்டி இருப்பதால், அது மன அழுத்தத்தை உண்டுபண்ணும்.

எடுத்துக்கொண்ட பொறுப்புகள் சமநிலையில் இல்லாதிருத்தல்

நம் அனைவருக்கும் நமக்கே உரித்தான துறை சார்ந்த சிறப்புத்தன்மை இருக்கும், சிலர் பல துறை சிறப்புத்தன்மை பெற்றவர்களாக இருப்பர். பல துறையில் சிறப்புத்தன்மை பெற்றிருந்தால் கூடுதலாக பொறுப்புகளை எடுத்துக்கொள்ளலாம், ஆனால் நம்முடைய குறைப்பாடுகளை நாம் புரிந்துக்கொண்டு, எடுத்துக்கொண்ட பொறுப்புகளை நிறைவேற்றுவது அவசியம். நிறைய காரியங்கள் ஒன்று சேரும்பொழுது எல்லாவற்றையும் ஈடுகொடுத்து செய்வது கடினம், சில நேரங்களில் பொறுப்புகளை நிறைவேற்ற முடியாமலும் போய்விடும், அது மன அழுத்தத்திற்கும் வழி வகுக்கும்.

பாதுகாப்பற்ற சூழல்

நாம் அனைவரும் நம்முடைய அடிப்படை தேவைகள் எங்கு கிடைக்குமோ அங்குதான் வாழ்வதை தேர்ந்தெடுக்கின்றோம். குழப்பங்கள், நீதியின்மை, அல்லது பொறுக்க முடியாத சம்பவங்கள் நம்முடைய சூழலில் இருக்கும்

பொழுது, நிலையற்ற சூழலை கையாள்வது கடினமாக இருக்கும் பொழுது மன அழுத்தம் உண்டாகும்.

ஏற்ற தாழ்வுகளை சந்தித்தல்

நிறைய சீர்திருத்தவாதிகளும் தலைவர்களும் சமுதாயத்தில் இருக்கும் ஏற்ற தாழ்வுகளை தகர்க்க முயன்றிருந்தாலும், எல்லோரும் சேர்ந்திருக்கின்ற, பிரிவினையில்லாத ஒரு சமூக நிலையையும், பொருளாதார நிலையையும் பெறாதவரை அது கடினமாகும். நாம் அனைவரும் ஏதாவது வகையில் வேறுபடுத்துகிறோம் அல்லது வேறுபடுத்தப்படுகிறோம். வேறுபடுத்தப்படும் பொழுது மன அழுத்தம் உண்டாகலாம்.

மோசமான நிர்வாக திறன்

ஆட்களுக்கிடையிலான திறன் அல்லது நேர மேலாண்மை திறன் நமக்கு இல்லாதிருக்கும் பொழுது, நம்முடைய பொறுப்புகளை சமநிலைப்படுத்தி நிறைவேற்றாதிருப்போம், அது நமக்கு கீழ் பணிபுரிபவர் அல்லது உடனாளிகள் மத்தியில் நம்பிக்கையின்மையை ஏற்படுத்தும். அது மேலும் ஒருங்கினைப்பில்லாமையை உண்டாக்குவதால், விரும்பிய இலக்குகளை அடைய இயலாது, அதுவே மன அழுத்தத்திற்கு வழி வகுக்கும்.

போதை பொருட்கள்

ஒரு நபர் போதை பொருளை சார்ந்திருக்கும் பொழுது, அந்த பொருள் இல்லாமல் அந்த நபரால் சுதந்திரமாக இருக்க முடியாது. அதனால் மனம் மற்றும் உடல் சார்ந்த வற்புறுத்துதலான நிலை உண்டாகும், சார்ந்திருக்கும் போதை பொருள் இல்லாத பொழுது அது மன அழுத்தத்தை உண்டுபண்ணும்.

அச்சுறுத்தும் ஒலி-ஒளி காட்சிகள்

சில மக்கள் மிக எளிதாக பயத்திற்கு உள்ளாவர், வித்தியாசமான சில ஒலி-ஒளி காட்சிகளை கடந்து வரும் பொழுது கூட பயப்படுவர். ஒலி-ஒளி காட்சிகள் என்பது சாதாரணமானவையாக இருந்தாலும், சில தனிப்பட்ட நபர்களிடத்து அது மன அழுத்தத்தை உண்டுபண்ண கூடும்.

மன அழுத்தம் உண்டுபண்ணும் நிகழ்வுகளின் தன்மைகள்

சில நேரங்களில் எதிர்மறையானது- கோபம், கவலை, சோர்வு, வெறுப்பு, முதலியன.

மன அழுத்தம் தரக்கூடிய நிகழ்வுகள் வேதனை அளித்து சில நேரங்களில் எதிர்மறையாக இருக்கின்றன. அது சில காரியங்கள் தவறாக நேரிடும் பொழுதும், நமக்கு பிடிக்காத விதத்தில் சிலர் நடக்கும் பொழுதும் கோபத்தை உண்டுபண்ணும், குழப்பமான நேரங்களில் கவலையை உண்டுபண்ணும், மற்றும் அது நாம் திருப்தியுள்ளவர்களாக இல்லாத பொழுது சோர்வை உண்டுபண்ணும், எதிர்பார்ப்புகள் உயிரோட்டமும் சாத்தியமும் இல்லாததாய் நிறைவேறாத பொழுது வெறுப்பை உண்டுபண்ணும்.

சில நேரங்களில் கட்டுப்படுத்த முடியாது- நிச்சயமில்லாமை, கவனம் சிதறுதல், குறைந்த சுய மதிப்பீடு, குறைந்த சுய மரியாதை, தன்னம்பிக்கை இல்லாமை, முதலியன.

வேதனை தரும் காரியங்கள் சில நேரங்களில் கட்டுப்படுத்த முடியாதவை, காரியங்கள் நம் திறனிற்கு மேல் இருக்கும் பொழுது நம்பிக்கையில்லாமையை ஏற்படுத்தும். மன அழுத்தம் தரும் சூழ்நிலைகள் சில நேரங்களில் நிறைய காரியங்களை யோசிக்க செய்வதால் கவன சிதரலை உண்டுபண்ணும், நாம் சிறந்தவர்களாய் இல்லாத பொழுது அது குறைந்த சுய மதிப்பீட்டையும் குறைந்த சுய மரியாதையையும் உண்டுபண்ணும், நம் மதிப்பையும் நம்பிக்கையையும் இழக்கும் பொழுதும் தன்னம்பிக்கை இல்லாதிருப்போம்.

சில நேரங்களில் தெளிவற்றிருக்கும்- இரண்டிற்கும் எட்டா நிலை, குழப்பம், அடையாளம் இல்லாமை, முதலியன.

மன அழுத்தம் தரும் நிகழ்வுகள் சில நேரங்களில் குழப்பம் உள்ளதாய் இருக்கும். அது இரண்டிற்கும் எட்டா மனப்பான்மையை தருவதால், நிச்சயமான தீர்மானம் எடுப்பது கடினமாகும். அறிவு மற்றும் உணர்வுகளை சமநிலையில் கொள்ளாததால் குழப்பத்தை அதிகரிக்கும், பொறுப்புகளையும் நிச்சயித்தவைகளையும் சரியான முறையில் நிறைவேற்றாததால் சரியான அடையாளம் இல்லாமல் இருக்க வழி வகுக்கும்.

மன அழுத்தத்தை சரியாக கையாளாதிருத்தல்

நாம் வழக்கமாக மன அழுத்தம் தரும் பிரச்சனைகளை தவிர்ப்போம், ஆனால் தவிர்ப்பது இன்னும் அதிக மன அழுத்தத்தை பின்னால் உண்டாக்கலாம்.

நம்மால் கட்டுப்படுத்த முடியாத காரியங்கள் இருக்கும் பொழுது, அதை சில நேரத்தில் நாம் தவிர்த்து வேறு காரியங்களை தொடர்வோம். மன அழுத்தத்தை தரக்கொட்டிய காரியங்களை தவிர்ப்பது தற்காலிகமாக விடுவிக்கும், ஆனால் அதை சரியாக கையாளாத பொழுது அது பிறகு மிகுந்த மன அழுத்தத்தை உண்டுப்பண்ணும்.

சில மக்கள் போதைப்பொருள் மற்றும் பொழுது போக்கு காரணிகளை உபயோகித்து தங்களையே மறக்க நினைப்பர். ஆனால் அது தற்காலிகமானது, அவர்கள் திரும்ப சுய நினைவிற்கு வரும் பொழுது மன அழுத்தத்தை இரு மடங்காகும்.

சில மக்கள் மன அழுத்தத்தை கையாள ஊக்கியையோ அழுத்தியையோ பயன்படுத்துவர். போதைப்பொருளோ அல்லது பொழுது போக்கு காரியங்களோ சிறிது காலம் ஒருவர் தம் சுயத்தை மறக்க தற்காலிகமாக உதவும். ஆனால் போதை பொருட்களை உபயோகித்த நபர்கள் பிறகு தங்கள் சுய நினைவை திரும்ப அடைவர், அப்பொழுது மன அழுத்தம் இன்னும் அதிகரிக்கும்.

சில மக்கள் மன அழுத்தம் தரும் காரியத்தில் இருந்து வெளியேற ஒரு செயலும் புரியாமல் இருப்பர், அது மன அழுத்தத்தின் தீவிரத்தை மெம்மேலும் அதிகரிக்கும்.

மிகவும் அதிக மன அழுத்தம் உண்டாகும் பொழுது நாம் சில நேரம் விலகி இருந்து அந்த சூழலை மாற்றிக்கொள்வது அதை ஞானத்தோடு கையாள உதவும். ஆனால் சில மக்கள் மன அழுத்தத்திற்கு ஏதுவாக ஒன்றும் செய்யாமல் இருப்பதால், அது மன அழுத்தத்தின் தீவிரத்தை மெம்மேலும் அதிகரிக்கும்.

சில மக்கள் மன அழுத்தம் தரும் காரியங்களை குறித்து வருந்திக் கொண்டே தங்கள் கண்களை கண்ணீரினால் நிரப்பி தங்களுக்கு இருக்கும் அடுத்த வாய்ப்புகளை காண தவறுகின்றனர்.

வாழ்வில் சூழ்நிலைகள் எப்பொழுதும் ஒரே மாதிரி இருப்பதில்லை. ஏற்றங்களும் இறக்கங்களும் சேர்ந்தே இருக்கும். மன எழுச்சி தரும் காரியங்களை சுலபமாக கையாண்டு அதிலிருந்து விரைவாக வெளியே வருகிறோம் ஆனால் வாழ்வின் கடுமையான சூழ்நிலைகளை சந்திப்பது அல்லது வெளியே வருவது சிறிது கடினமாகிறது. கண்களை கண்ணீரினால் நிரப்புவது, முன்பிருக்கும் அடுத்த வாய்ப்புகளை மறைக்கிறது.

மன அழுத்தத்தை சரியான முறையில் கையாளுதல்

சரியான பாதையில் சரியான மதிப்பீடுகளோடு இருக்கின்றீர்கள் என்பதை உங்களுக்கு நீங்களே நிச்சயித்துக்கொள்ளுங்கள்

மனித வாழ்வில் மதிப்பீடுகள் மிகவும் அவசியமான பங்கு வகிக்கின்றன. நம்முடைய மதிப்பீடுகளை நாம் அறிவு மற்றும் உணர்வுகளை சார்ந்து சம நிலைப்படுத்தாத பொழுது, நமக்குள்ளேயேயும் வெளியேயும் நிறைய குழப்பங்களை சந்திப்போம். நம்முடைய மத்திப்பீடுகள் சரியானதாகவும் மதிப்புள்ளதாகவும் இருக்கும் பொழுது, அது சரியான பாதையை காண்பிப்பதால் மக்கள் நம்மை ஏற்றுகொள்வர், நாமும் மன அழுத்தமின்றி இருக்கலாம்.

மன அழுத்தம் நிறைந்த சூழலில் இருந்து இடைவெளி எடுத்துக்கொள்ள, அதிலிருந்து விலகி சென்று, சிறந்த வழியில் கையாளலாம்.

மன அழுத்தத்தை முழுவதுமாக தவிர்ப்பதோ ஒன்றும் செய்யாமல் இருப்பதோ, மன அழுத்தம் தரும் நிகழ்வில் இருந்து தீர்வு அளிக்காது. அதே நேரம் நாம் இடைவெளி எடுத்துக்கொள்ள, மன அழுத்தம் நிறைந்த சூழலில் இருந்து விலகி இருக்கலாம். பிறகு அதை சரியான நேரத்தில் சரியான இடத்தில் சிறந்த முறையில் கையாளலாம்.

நல்ல மனிதர்களோடும் உங்களுக்கு விருப்பமான மனிதர்களோடும் நேரத்தை செலவிடுங்கள்.

மனிதர்களே நம்முடைய நீண்ட கால மகிழ்ச்சிக்கு மூலக்காரணமாய் உள்ளனர். நமக்கு விருப்பமான நபர்களோடும் நல்ல மனிதர்களோடும் நேரத்தை செலவழிப்பது நாம் ஆறுதல் அடைய உதவும், மற்றும் மன அழுத்தத்தை நேர்த்தியான சிறந்த முறையிலும் கையாள உதவுகிறது. சக

மனிதர்களின் அனுபவங்கள் மன அழுத்தத்தை கையாள உபயோகமானதாயும் நடைமுறைக்கு சாத்தியமானதாகவும் இருக்கும்.

உங்கள் நேரத்தையும் வளங்களையும் நல்ல முறையில் உபயோகித்து, மிகுந்த பளுவை தவிர்க்க சில நேரங்களில் வேண்டாம் என்று சொல்ல பழகுங்கள்.

நிறைய காரியங்கள் ஒன்று சேர்ந்து முட்டி மோதிக்கொள்ளும் பொழுது, மன அழுத்தம் நிறைந்த சூழ்நிலைகள் உண்டாகும். அது உண்டாக காரணம் நம்மால் தாங்கிக்கொள்ள முடியாத பொறுப்புகளை நாம் எடுத்துக்கொள்கிறோம், இல்லையேல் நம்முடைய பொறுப்புகளை சரியான முறையில் பகுத்து வழங்க தவறுகிறோம். நாம் நம்முடைய நேரத்தையும் வளங்களையும் சிறந்த முறையில் நிர்வகிப்பதும், பளுவை தவிர்க்க 'இல்லை' என்று சில நேரங்களில் சொல்வதும் அழுத்தத்தினால் உண்டாகும் மன அழுத்தத்தை தவிர்க்க உதவும்.

உண்மையை ஏற்று, உங்களை நீங்களே அறிந்து, மன அழுத்தம் தரும் சூழல்களை மாற்றிக்கொள்ளுங்கள்.

உணர்வுகளை சார்ந்த காரியங்களை கையாளும் பொழுது, நடைமுறை காரியங்களை கருத்தில் கொள்வது அவசியமாகும். நாம் உண்மை நிலையை ஏற்றுக்கொள்ள வேண்டும். மற்றும் வெவ்வேறு சூழ்நிலைகளை கையாள நமது பலன்களையும், குறைகளையும் நாம் தெரிந்துக்கொள்ள வேண்டும். மன அழுத்தம் தரும் சூழ்நிலையை நேர்மறையான மனப்பான்மையோடு மாற்றியமைப்பது அதை சிறந்த வழியில் கையாள உதவும்.

ஆரோக்கியமான வாழ்க்கை வழியை கொண்டிருங்கள்

மனிதர்களுடைய உடல் சார்ந்த காரியங்கள் மற்ற காரியங்களோடு ஒருங்கிணைந்ததாய் உள்ளது. சரியில்லாததாயும் ஆரோக்கியமில்லாததாயும் இருக்கின்ற வாழ்க்கை வழி இருக்கும் பொழுது, அது மன அழுத்தத்தை அதிகரிக்கும். ஆரோக்கியமான வாழ்க்கை வழி, உடல் சார்ந்த தடைகளில் இருந்து விளக்கி வைக்கும், மற்றும் மன அழுத்தம் இன்றி இருக்கவும் உதவும்.

புதிய காரியங்களை கற்று உங்கள் அறிவையும் திறனையும் வளர்த்துக்கொள்ளுங்கள்

கற்றுக்கொள்வதற்கு எந்த தடைகளும் இல்லை. புதிய காரியங்களை கற்பது, அறிவு மற்றும் திறன்களை பெருக்கிக்கொண்டு அதை குறித்து நமக்கு இருக்கும் வெளிப்பாட்டை அதிகரிக்க உதவும். அது வெவ்வேறு காரியங்களை ஒன்றோடு ஒன்று தொடர்புப்படுத்தவும் உதவுகிறது. மற்றும் நம் சிந்தனையில் நிறைய விருப்பத்தேர்வுகளை கொண்டிருக்கவும் உதவுகிறது, அது மன அழுத்தத்தை கையாள மிகவும் உதவுகிறது.

உங்களை ஒப்பிடாதிருங்கள், தன்னம்பிக்கையோடிருங்கள், நல்ல சுய மதிப்பீட்டை கொண்டிருங்கள், சுய மரியாதையோடிருங்கள்.

அனைத்து மக்களும் ஒரே காரியமாயினும் அதை வெவ்வேறு விதமாய் பார்கின்றனர், தங்கள் சிந்தனைகளிலும், செயலிலும் தனித்துவமானவர்களாய் உள்ளனர். தேவையில்லாமல் மற்றவரோடு ஒப்பிடுவது நம்முடைய சுய அடையாளத்தின் வெளிப்பாட்டை தடை செய்யும். நல்ல சுய மதிப்பீடுடனும், சுய மரியாதையுடனும் தன்னம்பிக்கையோடு இருப்பது கடுமையான மன அழுத்தம் நிறைந்த சூழல்களை கையாள உதவும்.

நேர்மறை மன அழுத்தம்

நேர்மறை மன அழுத்தம் என்பது உபயோகமான மன அழுத்தம்- மனம் ரீதியானது (தூண்டுதல்), உடல் சார்ந்தது (உடற்பயிற்சி) அல்லது உடல் வேதியியல் சார்ந்தது/ கதிரியக்கம் சார்ந்தது. அழுத்தம் சில நேரங்களில் நம்மை தூண்டி, விழிப்புடன் சில நேர்மறையான் விளைவுகள் உள்ள காரியங்களை செய்ய உதவுகிறது.

தேர்வுகள்/ சோதனைகள் உள்ள சமயங்களில் நேர்மறை மன அழுத்தம் நாம் கவனத்துடன் இருக்க, அதற்கு தயாராக ஊந்துகிறது.

நேர்மறை மன அழுத்தம் சில கடுமையான சூழல்கள் அல்லது சமயங்கள் மத்தியிலும் காரியங்களை சாதிக்க உதவுகிறது.

7. நேர்மறை மனப்பான்மை

திட்டத்தை/ செயலை சமாதானமாகவும் அர்த்தத்துடனும் தொடர உதவும் ஆற்றல்

மனப்பான்மை

மனப்பான்மை என்பது நாம் செய்யும் அனைத்து காரியங்களையும் பாதிப்பதாகும்

சிந்தனையும் அதனோடு கூட செயலும் நம்முடைய மனப்பான்மையின் வெளிப்பாடாக உள்ளது. மனப்பான்மை என்பது மனம் சார்ந்ததாயினும், அது மனம் மற்றும் உடல் சார்ந்த மற்ற காரியங்களையும் பாதிப்பதாய் உள்ளது. நாம் செய்யும், செய்ய விரும்பும் அனைத்து காரியங்களையும் பாதிக்கிறது, ஏனெனில் அது நம் சிந்தனைக்கு அடிப்படையாய் உள்ளது.

மனப்பான்மை என்பது ஏதாவது காரியத்தை குறித்து நம்முடைய சிந்தனைகள் அல்லது உணர்வுகள் இருக்கும் நிலையாகும்.

நம்முடைய சூழ்நிலைகளையும் நம்முடைய பின்னணியையும் பொருத்து நாம் ஒவ்வொருவருக்கும் ஒரு சில யோசனைகள் இருக்கும். சில மதிப்பீடுகள் நம்முள் மறைந்திருக்கும், அது நாம் எப்படி இருக்கின்றோமோ அப்படியாக இருக்கவும், நாம் எப்படி இருக்க வேண்டும் என்பதையும் தெரிந்துக்கொள்ள உதவும். மனப்பான்மை என்பது ஒரு காரியத்தை குறித்து நம்முடைய சிந்தனை மற்றும் உணர்வுகளின் நிலையாகும்.

அது மரபு வழியாய் உள்வாங்கப்படுவதில்லை, ஒரு நபரின் தேர்வுகளால் பெற்றுக்கொள்ளப்படுகிறது

ஒரு நபரின் சிந்தனை மற்றும் உணர்வுகளின் நிலைகள் அவர்களின் சூழ்நிலைகள் மற்றும் பின்னணிகளால் பாதிக்கப்பட்டாலும், தலைமுறைகளில் இருந்து உள்வாங்கப்படுவதில்லை. மனப்பான்மையை நம்முடைய தேர்வுகளால், தேர்வுகளில் எடுக்கும் நான் எடுக்கும் தீர்மானங்களால் பெற முடியும்.

மனப்பான்மையின் அவசியம்

மனப்பான்மை அனைத்து மனிதர்களுக்கும் அவசியமாகும் ஏனெனில் உணர்வது மற்றும் சிந்திப்பதுதான் ஒரு மனிதனை மற்ற உயிரனங்களில் இருந்து வேறுபடுத்தும்.

மனப்பான்மையே நாம் சிந்திக்கும் காரியங்களுக்கும் அதனால் உண்டாகும் செயலுக்கும் அடித்தளம். உலகில் உள்ள மற்ற உயிரினங்களையும் மனிதர்களையும் வேறுப்படுத்துவதற்கு மனப்பான்மை அவசியமாகும். மனப்பான்மையை பொறுத்தே நாம் நம் உணர்வுகளையும் அறிவையும் சிறந்த முறையில் உபயோகிக்க முடியும்.

ஒரு நபரின் அனைத்து நடக்கைகளும், பழக்கங்களும், குணங்களும் அவரின் மனப்பான்மையையே சார்ந்திருக்கிறது.

செயல்கள் சிந்தனையின் வெளிப்பாடாயும், சிந்தனைகள் மனப்பான்மையின் வெளிப்பாடாயும் இருக்கின்றபடியால், எல்லா நடக்கைகளும் பழக்கங்களும் குணங்களும் ஒரு நபரின் மனப்பான்மையை வலுவாக சார்ந்திருக்கின்றது.

ஒரு நபரின் தேர்வுகள் மனப்பான்மையை பொருத்து அவரை பாதிக்கிறது.

ஒரு சிறிய காரியத்திலிருந்து பெரிய காரியம் வரை, அனைவருக்கும் வெவ்வேறு தேர்வுகள் உள்ளன. எல்லா விருப்ப தேர்வுகளும் அனைவருக்கும் ஆர்வம் தரக்கூடியதாக இருக்காது, ஏனெனில் ஒவ்வொருக்கும் வெவ்வேறு ஆர்வமும் விருப்பமும் உள்ளது. நாம் என்ன தேர்ந்தெடுக்கிறோம், எவ்வாறு விருப்ப தேர்வுகளில் இருந்து முடிவெடுக்கிறோம் என்பது நம்முடைய மனப்பான்மையை சார்ந்திருக்கிறது.

எதிர்மறை மனப்பான்மையின் விளைவுகள்

ஒரு நபரின் ஒவ்வொரு செயலும் அவர் மனப்பான்மையின் வெளிப்பாடாகும். ஒரு நபர் எதிர்மறை மனப்பான்மையை கொண்டிருக்கும் பொழுது, அவரின் செயல்கள் விரும்பக்கூடிய விதத்தில் இருக்காது.

உணர்வியல் வெளிப்பாடுகளெல்லாம் உள்ளிருக்கும் நினைவுகளால் தான், எனவே நாம் அறிந்தோ அறியாமலோ செய்யும் ஒவ்வொரு காரியங்களும் நம் மனப்பான்மையின் வெளிப்பாடாகும். நமது மனப்பான்மையை

மெருகேற்ற சரியான மதிப்பீடுகள், சிந்தனைகள், நம்பிக்கைகள் கொள்ள, நாம் எந்த முயற்சியும் செய்யாத பொழுது நமது மனப்பான்மை எதிர்மறையாய் இருக்கும், நம்முடைய செயல்களும் விரும்ப தகாதவையாகும்.

ஒரு நபரின் எதிர்மறை மனப்பான்மை அவரை செயல்படமுடியாதவராகவோ அல்லது அதிகமாய் செயல்படுபவராகவோ ஆக்கும், அவை இரண்டுமே அழிவுண்டாக்கும்

எதிர்மறை மனப்பான்மை பெரும்பாலும் சுயத்தை மையப்படுத்தும் மற்றும் ஒரு நபர் தமது சமூக பொருளாதார காரணிகளை சுயத்தை திருப்திப்படுத்த பயன்படுத்துவர். அது ஒரு நபரை முற்றிலும் செயல்படாதவராகவோ அதிகம் செயல்படுபவராகவோ ஆக்கும், இரண்டும் ஏதாவது வழியில் அழிவை உண்டாக்கும்.

எதிர்மறை மனப்பான்மையினால் உண்டாபவை

எதிர்மறை மனப்பான்மை பலவீனமான உறவுகளை விளைவிக்கும்

எதிர்மறையாய் இருக்கும் மனப்பான்மை ஒரு நபரின் நடக்கை மற்றும் செயலில் குறைப்பாட்டை ஏற்படுத்தும், அது சமூகத்தில் பெரும்பாலும் ஏற்றுக்கொள்ளப்படாததாய் இருக்கும். எனவே அது பலவீனமான ஆரோக்கியமற்ற உறவுகளை ஏற்படுத்தும்.

அது நொறுங்கிய இதயத்தை உண்டாக்கும்

எதிர்மறை மனப்பான்மை சுயத்தை மாத்திரம் கருத்தில் கொண்டு, சமூகத்தினரால் ஏற்றுக்கொள்ளப்படாத சிந்தனைகளின் தொகுப்பை கொண்டிருக்கும். ஒரு நபர் ஏற்றார் போல நடக்காததால், அவர்களின் உணர்வுகள் சமநிலையில் இருக்காது. அதுவே ஒரு சமயத்தில் நொறுங்கிய இதயத்தை ஏற்படுத்தும்.

எதிர்மறை மனப்பான்மை ஒரு நபரை சுற்றி, திரும்பவும் பெற முடியாத, அல்லது மாற்றியமைப்பதற்கு கடினமான மாற்றத்தை உண்டாக்க கூடும்.

ஒரு நபர் சரியான சிந்தனைகளும் உணர்வுகளும் இன்றி ஏற்பில்லாதவாறு நடக்க செய்யும், அது தீங்கானதாகவும் இருக்கலாம், மற்றும் திரும்பவும்

பெற முடியாத, சாதாரண நிலைக்கு எளிதாக வர முடியாத கடினமான மாற்றத்தை உண்டாக்க செய்யும்.

மனப்பான்மையை மாற்றியமைத்தல்

தரிசனத்தை, இலக்குகளை, திட்டங்களை சமாதானத்துடனும், சந்தோஷமான விதத்திலும் அடைவதற்கு, மனப்பான்மையை மாற்றியமைப்பது அவசியமாகும்.

அனைத்து மக்களும் சென்றடைய தங்கள் சுய திட்டங்களையும் நோக்கத்தையும் கொண்டுள்ளனர். ஒரு நிலையை அடைவதற்கு வெறுமனே சில காரியங்களை செய்வது என்பது, நாம் திரும்பி பார்க்கும் போது மதிப்புள்ளதாக இருக்காது, ஒரு நபர் முழுமையான வெற்றிபெறுவதற்கு இதயத்தில் சந்தோஷமும் சமாதானமும் அவசியமாகும். நமது தரிசனத்தை ஆரோக்கியமான முறையில் அடைவதற்கு, நேர்மறை மனப்பான்மை அவசியமாகும், அதற்கு நம்முடைய மனப்பான்மையை வாழ்வின் பல நேரங்களில் சரியான விதத்தில் மாற்றியமைப்பது அவசியமாகும்.

நமது மனப்பான்மை ஏற்கனவே நேர்மறையானதாகவோ எதிர்மறையானதாகவோ, சில நேரங்களில் மாறுவதாகவோ இருக்கலாம். நேர்மறை மற்றும் பகுத்தறிவு உள்ள சிந்தனைகளால் பெறக்கூடிய நேர்மறை மனப்பான்மையை நாம் அனைவரும் பெறுவதற்கும் அதில் நிலைத்திருப்பதற்கும் ஆவலாய் இருக்க வேண்டும்.

மனப்பான்மை அனைத்து நேரங்களிலும் நிலையாய் இருப்பதில்லை, அது நாம் சந்திக்கும் சூழ்நிலைகளாலும் நாம் பெற்றிருக்கும் வெளிப்பாட்டின் படியும் வலிமையாக பாதிக்கப்படுகிறது. சில கடுமையான உணர்வுப்பூர்வமான காரியங்கள் ஏற்படும் போது இதயத்திலும் மனதிலும் சில மாற்றங்கள் உண்டாகும். அது நாம் எப்படி இருக்க வேண்டுமென விரும்புகிறோமோ, அவ்வாறு செயல்ப்பட முடியாதவர்களாக்கும். சிந்தனைகளையும் உணர்வுகளையும் சரியாக கையாண்டு, மனப்பான்மையை மாற்றியமைத்து நேர்மறை மனப்பான்மையில் நிலைத்திருக்க, நாம் ஒவ்வொருவரும் விருப்பம் கொள்வது அவசியமாகும்.

நேர்மறை மனப்பான்மையின் முக்கியத்துவம்.

ஒரு நபரின் 15% தொழில்நுட்ப அறிவு மாத்திரம் தான் அவர்களின் வெற்றிக்கு பொறுப்பாக உள்ளது, மீதமுள்ள சதவீதம் அனைத்தும் அவர்களின் மனப்பான்மையை பொறுத்துள்ளது.

மனப்பான்மை ஒரு நபரின் சிந்தனைகளில் பெரிதும் உதவும் தன்மையாகும். ஒரு நபர் நிறைய அறிவை பெற்றிருந்தாலும், அதை எப்படி, ஏன், எங்கு பயன்படுத்த வேண்டுமென தெரியவில்லை எனில், அது பெரிய அளவில் உபயோகப்படாது. ஒரு நபரின் தொழில்நுட்ப அறிவு அவரின் வெற்றிக்கு மிக குறுகிய அளவே காரணமாகிறது, ஆனால் அவரின் மனப்பான்மை அவருடைய வெற்றிக்கு பெரிய பங்களிப்பு தருகிறது. ஒரு நபர் சிறந்த மனப்பான்மையை பெற்றிருக்கும் பொழுது, அவர் நிர்ணயிக்கின்ற பேரறிவையும் பெற முடியும்.

நமக்கு வெளியில் நடக்கும் காரியங்களை நம்மால் கட்டுப்படுத்த முடியாது ஆனால் நாம் எப்படி அதற்கு உத்தரவு அளிக்கிறோம் என்பதை நிச்சயம் கட்டுப்படுத்த முடியும்.

நம்மை சுற்றியுள்ள சில சூழ்நிலைகளை நம்மால் மாற்றியமைக்க முடியாது, ஏனெனில் அது பல காரணிகளை சார்ந்திருக்கும். எனவே நாம் நமக்கு வெளியில் நடக்கும் காரியங்களுக்கு பொறுப்பல்ல, எனிலும் வெளியில் நடக்கும் காரியங்களுக்கு நாம் எப்படி உத்தரவு அளிக்கிறோம் என்பதற்கு நிச்சயம் நாமே பொறுப்பு. நேர்மறை மனப்பான்மை நேர்மறையான உத்தரவுகளுக்கு உதவும்.

நேர்மறை மனப்பான்மை ஒரு நபர் எல்லாவற்றையும் நேர்மறை சிந்தனைகளோடு கையாள உதவுகிறது, மற்றும் சரியான சிந்தனைகளை சரியான செயல்களாக சரியான நேரத்தில் மாற்றவும் உதவுகிறது.

எல்லா காரியங்களிலும், எல்லா மக்களிடத்தும் எப்பொழுதும் வேறுபாடுகள் இருக்கின்றன. ஒவ்வொருவருக்கும் தங்களை சுற்றியுள்ள வெவ்வேறு தேர்வுகளில் சுய விருப்பங்களும் உள்ளன. நேர்மறை சிந்தனைகளோடு கூட உள்ள நேர்மறை மனப்பான்மை, எண்ணங்களில், யோசனைகளில் உள்ள வேறுபாடுகளை கையாள உதவும், அதன் மூலம் நாம் மற்றவர்களை ஏற்கவும் நம்மை நாமே அங்கீகரிக்கவும் முடியும். மற்றவர்களை ஏற்பது மாத்திரம் இல்லாமல், சரியான காரியங்களை

யோசிக்கவும், சரியான காரியங்களை சரியான நேரத்தில் செய்யவும் நேர்மறை சிந்தனை உதவும்.

நேர்மறை மனப்பான்மையை மேம்படுத்தல்

நீங்கள் ஏற்கனவே பளுவுடன் இருக்கும் பொழுது, மேலும் உங்களை அழுத்திக்கொள்ளாதீர்கள். உங்களால் சில காரியங்களை செய்ய முடிந்தாலும், உங்களுக்கு அதற்கான நேரம் இல்லை.

நேர்மறை மனப்பான்மை ஒரு நபர் தன்னை பற்றி மாத்திரம் சிந்தியாமல் மற்றவர்களை குறித்தும் கருத்தில் கொள்ள உதவுகிறது. நேர்மறை மனப்பான்மை நமக்கு தெரியாத காரியங்களை கூட கற்றுக்கொண்டு, கையாள தன்னம்பிக்கை அளிக்கிறது. அதே சமயம் நாம் நமது நேரம், பொருள், தாலந்துகளை ஆராய்வது, பளுயடையாமல் இருக்க உதவும். தன்னம்பிக்கை இருப்பினும், அது தலைகனமாக மாறாமல் இருக்க வேண்டும். ஒரு நபரால் நிறைய காரியங்களை செய்ய முடிந்தாலும், எல்லாவற்றையும் எடுத்துக்கொண்டதால் போதிய நேரமும் வளமும் இல்லாது வெட்கமடைய கூடிய சூழல் ஏற்படுவதை தவிர்க்க வேண்டும்.

உங்களுடைய நம்பிக்கையை இழக்கக்கூடிய வகையில் மற்றவர்களோடு உங்களை ஒப்பிடாதிருங்கள்.

ஒவ்வொருவரும் மற்றவர் தங்களை குறித்து சொல்வதை தவிர்த்து, தங்களை தாங்களே ஏற்க வேண்டும். எந்தவொரு ஏற்ற தாழ்வுமில்லாமல் அனைவரிடத்திலும் உள்ள தனித்துவம் மதிக்கப்படுவது அவசியம். நம்மிடத்திலோ மற்றவரிடத்திலோ உள்ள சில நேர்மறையான காரியங்களை வியப்பதும், சில குறைப்பாடுகளை சரி செய்வதும் நல்லது. தேவையில்லாமல் மற்றவர்களோடு ஒப்பிடுவது, நம்மை தாழ்ந்த அல்லது மிக உயர்ந்த மனப்பான்மையோடு இருக்க செய்யும், இரண்டுமே ஆரோக்கியமற்றது, அது நம்முடைய மனப்பான்மையை பாதிக்கும்.

உங்களுடைய திறன்களுக்கும், ஆர்வங்களுக்கும் ஏற்றவாறு இலக்குகளை நிர்ணயியுங்கள்

ஆயத்தமாகி, திட்டமிட்டு, நாம் செய்கின்ற காரியங்களில் கவனமாய் இருப்பது அவசியமாகும். நாம் ஆயத்தமாக இருக்கும் பொழுதுதான், நமது நோக்கங்களை அறிந்து, செய்கின்ற காரியங்களை குறித்து சிந்திப்போம்.

நம்முடைய திறன்களையும் ஆர்வங்களையும் அறிந்து இலக்குகளை நிர்ணயிப்பது, அதை சரியான மதிப்பீடுகளோடும், நேர்மறை மனப்பான்மையோடும் அடைய உதவும், அதில் நிலைத்திருக்கவும் உதவும்.

உங்களுக்கு ஆர்வம் தரக்கூடிய காரியங்களில் அதிக நேரம் செலவளியுங்கள், அதே நேரம் உங்களுக்கு ஆர்வம் தராத காரியங்களாயினும், சிறிது நேரமாகிலும் அவசியமான காரியங்களில் நேரம் செலவழியுங்கள்.

நேர்மறை மனப்பான்மை ஒரு நபர் தம்மையே மேம்படுத்தவும், கட்டவும் உதவுகிறது. சென்றிராத ஒரு இடத்திற்கு போகவும், பார்த்திராத ஒரு நிலையை சென்றடையவும் உதவுகிறது. எனவே நமக்கு விருப்பமாயிருக்கும் காரியங்களில் நமது நேரத்தை செலவு செய்து, அதில் சிறந்து விளங்க உதவும். அதே நேரம் நம்மை கட்டக்கூடிய புதிய காரியங்களை கற்பது அவசியம், அது நிறைய காரியங்களை தொடர்புப்படுத்தி பார்க்க உதவும். இரண்டுமே ஒரு நபரின் நேர்மறை மனப்பான்மையை வளர்க்க உதவும்.

நம்மை போல் உள்ள சக மனிதர்களால் உருவாக்கப்பட்ட எந்த ஒரு காரியமும் நம்முடைய அறிவிற்கும், புரிந்துக்கொள்ளுதலுக்கும் அப்பாற்பட்டதல்ல. ஆனால் காரியங்களை புரிந்துக்கொள்வதற்கு எடுக்கப்படும் நேரம் நபருக்கு நபர் அவர்களுடைய அனுபவத்திற்கும் எதிர்ப்பார்ப்பிற்கும் ஏற்றப்படி மாறும்.

சில சமயங்கள் மாத்திரமே நாம் காரியங்களை முயன்று பார்த்து நம்மை குறைத்து மதிப்பிடுகிறோம், இன்னும் கொஞ்சம் முயல்வது நிச்சயம் அறிவையும் புரிந்துக்கொள்ளுதலையும் பெற உதவும் என்பதை உணர தவறுகிறோம். கண்டுப்பிடிக்கப்பட்ட உருவாக்கப்பட்ட அனைத்தும் நம்மை போல் உள்ள சக மனிதர்களாலேயே உள்ளது, அவர்கள் மிக உயரிய இடத்தில் இருந்து வந்தவர்களல்ல. நாம் எப்படியாக நம்முடைய மனப்பான்மையையும், இருதயத்தையும் உபயோகிக்கிறோம் என்பது ஒரு பெரிய வேறுபாட்டை உண்டாக்குகிறது. அனைவராலும் அனைத்திலும் சிறந்து விளங்க முடியும், ஆனால் ஒவ்வொருவரும் தமக்கிருக்கும் அனுபவத்தின் வெளிப்பாட்டின் அடிப்படையில் வெவ்வேறு கால அளவை கொள்வர்.

காரியங்களை தொடர்ச்சியாக பயிற்சி செய்வது அதில் சிறக்க செய்யும். அதில் சிறந்து விளங்க எடுக்கும் காலத்தை குறித்து கவலைக்கொள்ளாதிருங்கள், நபருக்கு நபர் அது மாறுபடும்.

நாம் ஒவ்வொருவருக்கும் நமக்குரிய பலங்களும் பலவீனங்களும் உள்ளன. நம்முடைய பலங்கள் மற்றவருக்கு பலவீனமாக இருக்கலாம், நம்முடைய பலவீனங்கள் மற்றவருக்கு பலங்களாக இருக்கலாம். நாம் ஒவ்வொருவருக்கும் நமக்குரிய திறன்களும் ஆற்றல்களும் உள்ளன, எனினும் சில காரியங்களை பொறுமையுடன் பயிற்சி செய்யும் பொழுது நாம் விரும்பிய நிலையை அடைந்து சிறந்து விளங்க முடியும். நிர்ணயித்த ஒரு இலக்கை அடைய செலவாகும் நேரத்தை குறித்து கவலைக்கொள்ள அவசியமில்லை, ஆனால் தன்னம்பிக்கையுடனும் கடின உழைப்புடனும் அதை நோக்கி முன்னேறுவது அவசியம், அதன் மூலம் அதை வாழ்வின் ஒரு சமயத்தில் சென்றடைய முடியும்.

தினந்தோறும் புதிய காரியங்களை கற்பது, நீடிய காலத்தில் துன்புறுதல் இல்லாமல் நிறைய காரியங்களை கற்க உதவும்.

நம்மை சுற்றியுள்ள நிறைய காரியங்களை குறித்த அறிவு நிறைய விருப்பத்தேர்வுகளை கொண்டிருக்க உதவும். ஒரு சில புதிய காரியங்களையாவது தினந்தோறும் கற்பது, தினந்தோற வாழ்விற்கு பங்களிக்கும், அதுவே கால போக்கில் நிறைய அறிவை பெற்று தரும். தன்னம்பிக்கையோடும் நேர்மறை மனப்பான்மையோடும் ஒரு சில படிகள் நாம் நிச்சயம் எடுத்து வைக்கவும் முன்னேரவும் அது உதவும்.

தேவையான பொழுது உங்களை நீங்களே ஊக்குவித்துக்கொள்ளுங்கள்

மனிதர்களாக நாம் சமூகத்திற்கு உட்பட்டிருக்கிறோம், மற்றும் ஒருவரிடமிருந்து மற்றவருக்கு ஊக்கம் தேவைப்படுகிறது. எல்லா நேரமும் மற்றவர்கள் நம்மோடு இருக்க வேண்டுமென நாம் எதிர்பார்க்க முடியாது, அது சாத்தியமும் இல்லை. எனவே நாம் அனைவரும் முன்னேற, வாழ்வின் சில நேரங்களிலாவது சுய- ஊக்கப்படுத்தல் அவசியமாகும்.

உங்களை விட குறைந்த வளங்கள் உள்ளவர்களுக்கு உதவுங்கள், அதன் மூலம் உங்கள் மனப்பான்மையை மேம்படுத்த முடியும்.

நாம் செய்கின்ற காரியங்கள் மற்றவர்களால், நெருங்கியவர்களாலாயினும் ஏற்றுக்கொள்ளப்பட வேண்டும், அங்கீகரிக்கப்பட வேண்டும், புகழப்பட வேண்டும் என எண்ணுகிறோம். உங்களை விட குறைந்த வளங்கள் உள்ளவர்களுக்கு நீங்கள் உதவும் பொழுது சமூக உறவுகளை மேம்படுத்தி, மற்றவர்களை ஏற்கவும், நம்மை போல பிறரை நேசிக்கவும் முடியும். மற்றும் அது நம்மில் நேர்மறை மனப்பான்மையை பெருக்கவும் வளர்க்கவும் உதவும்.

தோல்விக்கு உத்தரவு அளித்தல்:

"நான் ஒரு பெரிய முட்டாள்! திரும்பவும் அதை முயற்சிக்க மாட்டேன்! அல்லது நான் இந்த அனுபவத்தில் இருந்து என்ன கற்க முடியும்?"

ஒரு புதிய காரியத்தை முயற்சித்தல், ஒரு செயல் புரிதல், அல்லது ஒரு காரியத்தில் ஈடுபடுதல் ஆகிவற்றில் தோல்வி ஏற்படும் பொழுது பெரும்பாலும் இரண்டு வகையில் அதற்கு பதில் கொடுக்கிறோம். ஒரு வகையான உத்தரவில் அந்த சூழ்நிலையை தனியாக பார்த்து, அதை திரும்பவும் முயற்சிப்பது உபயோகமற்றது என எண்ணுகிறோம். மற்ற உத்தரவில் அதில் ஏற்பட்ட அனுபவங்களில் இருந்து கற்றுக்கொண்டு, வருங்காலத்தில் அதை செயல்படுத்த காரியங்களை எடுத்துக்கொள்கிறோம். .

இடையூறுகள்

தோல்விகள் தடுமாற செய்யும். ஆனால் அதை தனிப்பட்ட முறையில் எடுத்துக்கொள்ளாமல், கற்பதற்கான நிகழ்வாக பார்க்கலாம்.

இந்த உலகில் பெரும்பாலானோர் தாங்கள் நிர்ணயித்த இலக்கை முதல் முயற்சியில் செய்து முடிக்கவில்லை. ஒரு சில காரியத்தில் நாம் முதல் முயற்சியில் வெற்றி பெற்றால், அது நிறைய வெளிபாடுகளும் அனுபவங்களும் இல்லாததாகவும் குறுகியதாகவுமே இருக்கும். நிறைய முயற்சிகளால் கிடைக்கப்படும் எதிர்ப்பார்புடைய வெற்றி நிறைய கற்றலை கொண்டு பெரியதாக இருக்கும். தோல்விகள் நிறைய தடுமாற்றத்தை ஏற்படுத்தினாலும், அதை நாம் நேர்மறை மனப்பான்மையோடு கற்றலுக்கான ஒரு செயலாக பார்க்கலாம்.

நாம் 99 முறை ஒரு காரியத்தை முயற்சித்து வெறுப்பாகி இருக்கலாம், ஆனால் 100வது முறை நாம் முயற்சியை தொடரவில்லை எனில், அதே நேரத்தில் நாம் தோற்கிறோம்.

ஒரு குறித்த இலக்கை சென்றடைவது மாத்திரம் வெற்றி இல்லை, ஒரு காரியத்தை அடைய முயற்சிக்கும் ஒவ்வொவொரு செயல்முறையும் வெற்றி ஆகும். ஒரு வழியில் காரியங்கள் நடைபெறவில்லை எனில் வேறு விதத்தில் அதை கையாள்வது அவசியமாகும். காரியங்களை யோசிப்பது முயற்சிப்பது சகிப்பின்மையை ஏற்படுத்தும், ஆனால் நாம் தொடர்ந்து முயற்சிக்கும் பொழுதுதான் நாம் நிர்ணயித்த இலக்கை நம்மால் அடைய முடியும். நாம் காரியங்களை முயிற்சிக்க தவறும் பொழுது, அதே நேரத்தில் தோல்வியடைகிறோம், அதனால் மனப்பான்மையும் பாதிக்கப்படுகிறது.

தவறுகள் நடக்கலாம் ஆனால் அதிலிருந்து கற்றுக்கொண்டு, கூடுமானவரை திரும்பவும் அதை செய்யாதவாறு பார்த்துக்கொள்ளுங்கள்.

மனிதர்களாகிய நாம் முழுதும் நேர்த்தியானவர்களல்ல, ஒவ்வொருவரும் நமக்கே உரித்தான குறைப்பாடுகளை கொண்டுள்ளோம். நாம் அறிந்தோ அறியாமலோ நிறைய தவறுகளை செய்கிறோம். செய்த தவறுகளை திரும்ப திரும்ப செய்வது சரியல்ல, மற்றும் நம்முடைய தவறுகளில் இருந்து கற்று அதை எந்த சூழலிலும் தொடராதிருப்பது நம்முடைய நேர்மறை மனப்பான்மையை வளர்க்கும்.

நேர்மறை மனப்பான்மையின் பயன்கள்:

நேர்மறை மனப்பான்மை ஒரு நபர் தங்களை சுற்றியுள்ள மற்றவர்களோடு நல்ல முறையில் உறவு கொள்ள உதவுகிறது.

மனப்பான்மை சரியான முறையில் இருக்கும் பொழுது, ஆட்களுக்கிடையிலான உறவுகள் சிறந்த முறையில் வஞ்சனையில்லாதிருக்கும். எப்பொழுது ஒரு நபர் மற்றவரை அவர்களின் குறைகள் மற்றும் இயலாமையின் நிமித்தமும் ஏற்கின்றனரோ, அப்பொழுது ஆரோக்கியமான உறவுகள் இருக்கும். நேர்மறை மனப்பான்மை ஒரு நபர் தவறாக இருப்பினும் அவர்களோடு நல்ல முறையிலும் வியக்கத்தக்க முறையிலும் தொடர்புக்கொள்ள முடியும்.

நேர்மறை மனப்பான்மையுடைய நபர் ஒரு தவறிற்காகவோ அல்லது பிரச்சனைக்காகவோ சோர்ந்துப்போகாமல், அதை எப்பொழுதும் தீர்க்க முயல்வர்.

நேர்மறை மனப்பான்மையுடைய நபர் ஒரு தவறு அல்லது பிரச்சனைக்கான பொறுப்பை உணர்ந்திருப்பதால், தொடர்ந்து வருந்தி சோகத்தில் மூழ்க மாட்டார்கள். நேர்மறை மனப்பான்மையுள்ள நபர் ஏற்கனவே நடந்த ஒரு தவறை சரிசெய்வர், பிரச்சனைகளை தீர்க்க முயல்வர்.

நேர்மறை மனப்பான்மையுள்ள நபர் சமநிலையுடன் கூடிய திருப்தியான, சந்தோஷமான, சமாதானமான வாழ்வை மேற்கொள்வர்.

நேர்மறை மனப்பான்மையுள்ள நபர் வெறுமனே இருக்க மாட்டார்கள், தங்களுடைய மேம்பாட்டிற்கோ மற்றவர் மேம்பாட்டிற்கோ ஏதாவது ஒரு காரியத்தில் ஈடுப்படுத்திக்கொள்வர். புதிய காரியங்களை கற்று தங்கள் அறிவையும், விருப்ப தேர்வுகளையும் அதிகரிப்பர். அதனால் நேர்மறை மனப்பான்மையுள்ள நபர் எதினாலும் தடைப்படாமல் திருப்தியான, சந்தோஷமான, சமாதானமான வாழ்வை மேற்க்கொள்வர், ஏனெனில் காரியங்களை எப்படி சமநிலைப்படுத்த வேண்டுமென அவர்களுக்கு தெரியும்.

நேர்மறை மனப்பான்மையுள்ள நபர் எப்பொழுதும் சுயநலமற்றவராய், பகுதறிபவராய், சாதிப்பவராய் எப்பொழுதும் அழகான வாழ்வை கொள்வர்.

நேர்மறை மனப்பான்மையுள்ள நபர் தங்களை மாத்திரம் திருப்திபடுத்திக்கொள்வது மனிதர்கள் வாழ்வினை தொடரச்செய்யாது என்பதை அறிந்தவர், ஏனெனில் அது ஆக்கப்பூர்வமானதாகவும் காரணமிக்கதாகவும் இருக்காது. எனவே அவர்கள் சுயநலமின்றி, சரி தவறை பகுத்தறிந்து, நேர்மறை விளைவுகளை அடைந்து, விரும்பத்தக்க, மதிப்புள்ள அழகான வாழ்வை மேற்கொள்வர்.

இந்த சுழற்சியை தினந்தோறும் ஞாபகத்தில் வைத்துக்கொள்ளுங்கள்

**இன்றைய நாள் உங்கள்
கைகளில் உள்ளது, அதில்
வேண்டிய சிறந்த
காரியங்களை செய்ய முடியும்**

நேற்று என்பது முந்திய
இரவே முடிந்தது, அதை
மாற்ற முடியாது, அதை
திரும்பவும் எதிர்பார்த்தல்
கூடாது

**நாளைய தினத்தை
பார்க்கவில்லை, அது
வேண்டிய விதத்தில்
இருக்குமென நம்பிக்கை
கொள்ளலாம்**

8. சமுதாயத்திற்கான பொறுப்பு

(நம்முடைய சுய மரியாதையை அதிகரித்து வருங்காலத்திற்கு பாதையை அமைத்து தரும் செயல்)

உரிமைகளும் பொறுப்பும்

எல்லோரும் வீட்டில், பள்ளியில் அல்லது வேலை செய்யும் இடத்தில் மற்றும் பொது இடங்களில் கூட உரிமைகளை அனுபவிக்கிறோம்.

நாம் எல்லோரும் நேரத்தை செலவழிக்க ஏதாவது இடத்தையோ காரியத்தையோ கொண்டுள்ளோம். நாம் உபயோகிக்கக்கூடிய இடம் பொதுவாக நாம் சுதந்திரமாக காரியங்களை செயல்படுத்த ஏதுவாயிருக்கிறது. எனவே நாம் அனைவரும் வீடு, படிக்குமிடம்/ வேலையிடம், சில பொது இடங்கள் ஆகியவற்றில் ஏற்றாற்போலவும் அந்த இடத்திற்கு தகுந்தார் போலவும் சுதந்திரத்தை அனுபவிக்கிறோம்.

உரிமைகளோடு கூட பொறுப்புகளும் சேர்ந்து இருக்கிறது, ஆனால் பொறுப்புகள் பெரும்பாலும் மறக்கப்படுகிறது.

சில காரியங்களில் நாம் சாதகமானவற்றை அனுபவிக்கும் பொழுது, அதற்காக ஏதாவது செய்வது தேவையாகிறது, எதிர்பார்க்கவும் படுகிறது. எனவே எப்பொழுதெல்லாம் எங்கெல்லாம் நமது உரிமைகளை நாம் கோறுகிறோமோ, அதினோடு நமக்கு பொறுப்புகளும் வருகிறது, ஆனால் நாம் பொறுப்புகளை நிறைய நேரங்களில் யோசித்து செயல்படுத்துவதில்லை.

பொறுப்பு என்பது சில காரியங்களை குறித்த கடமையை நிறைவேற்றுவதும், யாரையாவது கட்டுப்பாடுடன் வைத்திருக்கும் நிலையுமாகும்.

நிறைய நேரங்களில் பொறுப்பு என்பது நாம் ஏற்றிருக்கும் நிலையை கொண்டோ, நம் பங்களிப்பை கொண்டோ, நம் தலைமைத்துவத்தை கொண்டோ உணரப்படுகிறது. ஆனால் பொறுப்புணர்வு என்பது அது மாத்திரம் அல்ல. அது நாம் ஈடுப்பட்டுள்ள சில காரியங்களில் நமது கடமைகளை நிவிர்த்தி செய்யும் நிலை அல்லது மெய்மையாகும். மற்றும்

பொறுப்புணர்வு என்பது நாம் பதிலளிக்க வேண்டியவரிடத்தும் நமக்கு பதிலளிக்க வேண்டியவரிடத்தும் உள்ள கட்டுப்பாடாகும்.

ஒரு காரியத்தின் பொறுப்பாளியாக பழி கூறுதல் அல்லது பழியை எடுத்துக்கொள்ளுதல் போன்ற நிலை அல்லது மெய்மையாகும்.

சில நேரங்களில் நாம் சில காரியங்களை பிரித்து தொகுத்து பிறருக்கு வழங்குகிறோம், அது போதுமென்றிருக்கிறோம். ஆனால் பொறுப்புணர்வு என்பது தொகுத்து வழங்குவது மாத்திரம் அல்ல, எல்லா காரியங்களும் சரியான விதத்தில் உள்ளது என்பதை நிச்சயிப்பதும், பிரச்சனைகளை சந்திப்பதும், வேண்டிய காரியங்களை நிவிர்த்தி செய்வதும், மற்றும் நிர்ணயித்த இலக்கை அடைவதுமாகும். நமக்கு கொடுக்கப்பட்ட காரியங்களிலும், நாம் எடுத்துக்கொண்ட காரியங்களிலும் குறைகளை ஆராய்ந்து, சிலவற்றில் குறைகளுக்கு பழி ஏற்று உண்மையாய் இருப்பதாகும்.

நம்மை சுற்றியுள்ள உலகம்

நம்மை சுற்றியுள்ள உலகில் உயிருள்ள காரியங்களும் உயிரற்ற காரியங்களும் உள்ளன. உயிருள்ளவை பிற உயிரினங்களையோ உயிரற்ற காரியங்களையோ சார்ந்திருக்கின்றன.

மனிதர்களாகிய நாமும் மற்ற உயிரினங்களும், உயிரற்ற காரியங்களும் கூட ஏதாவது வழியில் நேரடியாகவோ மறைமுகமாகவோ, தொடர்ந்து வாழ்வதற்கு சார்ந்திருகின்றன. ஒரு உயிரற்ற காரியத்தை நாம் கவனமாக ஆராய்ந்தோம் என்றாலும் அது இருக்கின்ற நிலையில் இருக்க ஏதாவது அவசியமாகிறது. மற்றும் ஒவ்வொரு உயிரினமும், உயிரற்ற காரணிகளையோ மற்ற உயிரினத்தையோ சார்ந்திருக்கின்றது.

மனிதர்களே சிறந்த வழியில் தொடர்புக்கொள்ளவும், உறவுக்கொள்ளவும் உகந்தவர்கள், உலகில் எல்லாவற்றையும் நிர்வகிக்கவும் வல்லவர்கள்.

சிறப்புமிக்க இந்த அற்புதமான உலகில், மனிதர்கள் மாத்திரமே தங்களுக்கு தாங்களே கொண்டுள்ள நிறைய அமைப்புகளின் மூலம் சிறந்த முறையில் தொடர்புக்கொள்கின்றனர், உறவும் கொள்கின்றனர். உயிரினங்களிலேயே உலகிலுள்ள எல்லாவற்றையும் நிர்வகிக்க நிறைய அறிவுள்ளவர்களாய் மனிதர்கள் இருக்கின்றனர்.

ஆனால் இன்றைய உலகில் உள்ள மக்கள் சுயநலம் உள்ளவர்களாய், வளங்களை பொருத்தமற்ற விதத்தில் பயன்படுத்துகின்றனர்.

மனிதர்கள் நிறைய அறிவு, மற்றும் நிறைய காரியங்களில் திறன் பெற்றிருந்தாலும், மதிப்பீடுகளும் சிந்தனைகளும் நபருக்கு நபர் வேறுபடுகிறது. இன்றைய உலகில் உள்ள மக்கள் சுயனலமுள்ளவர்களாய் நிறைய வித்தியாசமான ஆசைகளை கொண்டுள்ளனர், அதனால் வளங்களை பொருத்தமற்ற விதத்தில் பயன்படுத்துகின்றனர், அது குழப்பங்களையும் மாறுபாட்டையும் ஏற்படுத்துகின்றது.

நிறைய மக்கள் பொருட்களை குவித்து சில புதிய காரியங்களை தேடுகின்றனர், அவர்கள் திருப்தியையும், கொடுப்பதில் இருக்கும் சந்தோஷத்தையும் கண்டறிவதில்லை.

மனிதர்களிடையே உள்ள சுயநலத்தினால், மக்கள் தங்களுக்கு பொருட்களை குவித்து, அவர்கள் செய்கின்ற காரியத்தில் தினந்தோறும் புதிய காரியங்களை தேடுகின்றனர். மக்கள் பொருட்களை குவிப்பதில் உண்மையான சந்தோசம் இல்லை என்பதை அவர்களின் வாழ்வின் முடிவு வரும் வரை உணர்வதில்லை. சுயநலம் உள்ள எந்த மனிதராலும் திருப்தியையும், மற்றவருக்கு கொடுப்பதில் இருக்கும் சந்தோஷத்தையும் கண்டறிய முடியாது.

சமூக பொறுப்புணர்வு என்றால் என்ன?

சமூக பொறுப்புணர்வு என்பது ஒரு அமைப்பிற்கோ தனிப்பட்ட நபருக்கோ உள்ளார்ந்த ஒழுக்கவியல் பணிச்சட்டம் ஆகும். பெருமளவில் சமூகத்தின் நலனிற்கு நாம் எடுத்துக்கொள்ள வேண்டிய செயலாகும்.

நாம் அனைவருக்கும் குடும்பம், பள்ளி/வேலை, நட்பு முதலியவற்றில் பொறுப்புணர்வு உள்ளது. சமூக பொறுப்புணர்வு நிர்பந்தம் அல்ல அது தேவை, மற்றும் அது ஒழுங்கியல் பணிதிட்டமாய் ஒருவரின் உள்மனதை தூண்டி மற்றவருக்காக ஏதாவது செய்ய வைக்கிறது, அதனால் நாம் நேரடியாகவோ மறைமுகமாகவோ உபயோகமடைகிறோம். அது சமூகத்தின் நலனிற்காக ஒரு அமைப்போ தனிப்பட்ட நபரோ தங்களுக்கு இருக்கின்ற கடமையை செய்ய அறிவுறுத்துகிறது.

சமூக பொறுப்புணர்வு என்பது ஒவ்வொரு நபரும் பொருளாதாரம் மற்றும் சூழலை சமநிலையோடு பராமரிக்க உதவும் கடமையாகும்.

சமூக பொறுப்புணர்வு என்பது நிறைய நபர்களால் ஒரு விருப்ப தேர்வாக எண்ணப்படுகிறது ஆனால் அது அவசியமாகும். சமூக பொறுப்புணர்வு என்பது நாம் ஒவ்வொருவரும் நம்முடைய ஆர்வங்களுக்கு ஏற்ப சமூகத்தின் தேவைகேற்ப நிறைவேற்றவேண்டிய நமது கடமை என்பதை நாம் உணரும் பொழுதுதான், நாம் பொருளாதாரத்திற்கும் சூழலுக்கும் இடையில் சமநிலையோடு இருக்க முடியும். அப்படி இல்லாத போது சில நேரங்களில் பொருளாதாரம் அதிகம் மேம்படும் ஆனால் அதனால் சூழலில் ஏற்பட்ட பாதிப்பை ஈடுசெய்ய முடியாது.

அது அறநெறிகளை கொண்டு ஒன்று சேர்த்து, ஒவ்வொரு நபரும் சரியான விதத்தில் செயல்பட உதவுவதால், சுற்றி இருப்பவர்களுக்கு எதிரான விளைவுகளை குறைக்கிறது.

மனிதர்கள் ஒருவரோடொருவரும் சுற்றுபுறத்தோடும் ஒருங்கிணைந்து இருக்கிறார்கள். நம்முடைய படைப்பாற்றலை கொண்டும், புதுமைத்துவத்தை கொண்டும் செய்கின்ற அனைத்தும் நம்முடைய சுய மகிமைக்காக, அல்லது மற்றவரின் வியப்பிற்கும் உபயோகத்திற்குமே. ஒரு நபர் தம்மை மாத்திரம் திருப்திப்படுத்த எண்ணினால் அவர் குறைந்த உரிமைகள் உடையவரை தவறாக நடத்துவர். சமூக பொறுப்புணர்வு மாத்திரமே ஒரு நபர் அறநெறிகளை கொண்டு ஒருங்கினையவும், சுற்றியிருக்கும் மற்றவருக்கு கேடுகள் நிகழ்த்துவதையும் குறைக்கிறது.

சமூக பொறுப்புணர்வு சமூகத்தை குறித்து அனைவருக்கும் இருக்க வேண்டிய அற்ப்பணிப்பு. அது சமூகம், கலாச்சாரம், சுற்றுப்புற சூழல் முதலியவற்றிற்கு பங்களிப்பு அளிக்கிறது.

சமூக பொறுப்புணர்வு என்பது ஒரு நேர செயலோ குறுகிய கால செயலோ அல்ல. சமூகத்தில் நாம் ஒரு பங்காக அதில் சாதகமான காரியங்களை அனுபவிப்பதால், அது ஒவ்வொருவரின் மனப்பான்மையாக இருக்க வேண்டியது அவசியம். அது ஒவ்வொருவரும் சமூகத்தை குறித்து கொண்டிருக்க வேண்டிய அற்ப்பணிப்பும் ஆகும், அதன் மூலம் நேர்மறையான விதத்தில் சமூகத்திற்கு, கலாச்சாரத்திற்கு, சுற்றுப்புற பிரச்சனைக்கு நாம் பங்களிப்பு அளிக்க முடியும்.

ஏன் நமக்கு சமூக பொறுப்புணர்வு அவசியம்?

மனிதர்கள் சமூக உயிரிகளாக வாழ்க்கை, உணர்வுகள் போன்ற பொருளல்லாத காரியங்களுக்கு ஒருவரையொருவர் சார்ந்திருக்கின்றனர்.

இந்த உலகில் யாரும் வாழ்வு முழுதும் தனியாக சுதந்திரமாக வாழ போகிறேன் என்று கூற முடியாது. நாம் மனிதர்களாக சமூக உயிரினங்களாக நம்முடைய தேவைகளுக்காக ஒரு சில நேரங்களிலாவது மற்றவரை சார்ந்திருக்கின்றோம். விசேஷமாக நம்முடைய பொருளல்லாத காரியங்களான உணர்வுகளை காண்பிப்பதற்கு மற்றவர் அவசியம். எனவே ஆரோக்கியமான விதத்தில் நாம் உயிர்வாழ ஒருவருக்கு மற்றவர் அவசியமாகும், அதனால் சமூக பொறுப்பும் அவசியமாகும்.

மனிதர்கள் பொருள் சார்ந்த காரியங்களான உணவு, உடை, நிலம் முதலியவற்றை எளிதாக பெறுவதற்கும் ஒருவரை ஒருவர் சார்ந்திருக்கின்றனர்.

நாம் அனைவரும் நம்முடைய உணர்வுகளை மாத்திரம் பகிர்வதற்கு ஒருவரை ஒருவர் சார்ந்திருக்கவில்லை, தெரிந்த தெரியாத விவசாயியின் மூலம் எளிதான முறையில் உணவை பெறுகிறோம், தெரிந்த தெரியாத நெசவாளர் மூலம் உடையை பெறுகிறோம், தெரிந்த தெரியாத கட்டுபவர் மூலம் வீட்டை பெறுகிறோம், எனவே நாம் ஒருவருக்கொருவர் சமூக பொறுப்போடு இருப்பதும் அவசியமாகும்.

நாம் ஒருவரோடொருவர் மிகவும் ஒருங்கினைக்கப்பட்டிருக்கிறோம், முழுமையான வாழ்விற்கு வெவ்வேறு தருணங்களில் நாம் பெற்றதை திரும்பவும் கொடுப்பது அவசியமாகும்.

நாம் ஏதாவது காரியத்தை செலவு செய்து பெற்றிருந்தாலும் இலவசமாய் பெற்றிருந்தாலும், தனிப்பட்ட விதத்திலோ தொழில் ரீதியாகவோ ஒருவரோடொருவர் இணைந்திருக்கின்றோம். எனவே முழுமையான திருப்தியான வாழ்விற்கு நாம் வெவ்வேறு சமயங்களில் நம் வாழ்வில் பெற்றுக்கொண்ட காரியங்களை திரும்பவும் அளிப்பதற்கு பொறுப்பாயிருக்கிறோம்.

யாருக்கு நாம் சமூக பொறுப்புள்ளவர்களாய் இருக்க வேண்டும்?

நமக்கு சொந்தமான சூழலில் நாம் அனைவருக்கும் அனைத்திற்கும் சமூக பொறுப்பாளிகளாய் உள்ளோம்.

நாம் நமது சூழலில் நிறைய காரியங்களில் ஒருங்கிணைந்தவர்களாய் இருப்பதால், அதிலிருந்து பெறப்பட்ட நிறைய பொருட்களை அனுபவிக்கிறோம். அதனால் நாம் சமமாகவும் சமூகமாகவும் ஒருவருக்கொருவர் பொறுப்பாக இருக்கிறோம், ஏனெனில் மக்கள் தான் பொருட்களை தயாரிப்பவராகவோ அனுபவிப்பவராகவோ உள்ளனர். நாம் தொடர்ந்து உயிர் வாழ்வதற்கு நம்மை சுற்றியுள்ள அனைத்தும் நமக்கு உதவுவதால் நமது சூழலில் அனைத்திற்கும், மற்றவர்களின் நலனுக்கும் நாம் பொறுப்பாக இருக்கின்றோம்,

முதலில் நமது குடும்பத்தில் உள்ளவர்கள், நண்பர்கள், உறவினர்கள், அக்கம் பக்கம் உள்ளவர்கள், உடன் பயிலுபவர்கள்/ பணிபுரிபவர்கள் என நம்முடைய வாழ்வில் நேரடியாக ஈடுபடுபவர்கள்.

ஒரு நபர் தமக்கு நெருங்கியவரோடு தொடர்புக்கொண்டு அவர்களுக்கு பொறுப்பாக இருக்க முடியாத பொழுது, அவர்களால் வெளியிலுள்ள மற்றவர்களுக்கு பொறுப்பாக இருக்க முடியாது. சிறிது காலம் மற்றவருக்கு பொறுப்பாக தொடர்ந்து செயல்பட இயலாது. எனவே முதலாவது, ஒருங்கிணைந்தவர்களாய் நமது வாழ்வில் நேரடியாக முக்கிய பங்கு வகிக்கின்ற நமது குடும்பத்தினருக்கு, நண்பர்களுக்கு, உறவினர்களுக்கு, உடன் இருப்பவர்களுக்கு பொறுப்பாக இருப்பது அவசியம்.

தொடர்ந்து நம்முடைய உணவை தயாரிக்கின்ற விவசாயிக்கு, நம்முடைய துணியை நெய்கிற நெசவாளருக்கு, நமக்கு காற்று தருகின்ற மரத்திற்கு, நமக்கு நீர் தருகின்ற நீர்நிலைகளுக்கு மற்றும் மறைமுகமாக நம்மோடு ஈடுபடுகின்ற அனைத்து மூன்றாவது நபர்/ பொருள் அல்லது உலகில் உள்ள அனைத்திற்கும் பொறுப்பாக இருக்கலாம்.

நாம் அனைவரும் நல் வாழ்விற்கான சில மதிப்புமிக்க காரியங்களை இலவசமாக அனுபவிக்கிறோம். அது இலவசமாக இருப்பதால், அதினுடைய மதிப்பை நாம் எளிதில் மறந்து, அதை காப்பதில் மிக சிறிது கவனம் அளிக்கிறோம், மற்றும் ஆபத்துகளை தடுப்பதும் இல்லை. நாம் உபயோகிக்கின்ற அனைத்திற்கும், நாம் கடந்துவருகின்ற ஈடுபடுகின்ற அனைத்திற்கும், நேராகவோ மறைமுகமாகவோ பொறுப்பாக

இருக்கிறோம். யார் நம்முடைய உணவிற்கான காரியங்களை தயாரிக்கிறார்கள் என்பதை நாம் அறியவில்லை என்றாலும், உற்பத்தி செய்பவர் இல்லையெனில் உணவிற்கான, பொருட்கள் இருக்காது, அதனால் எந்த விலைக்கொடுத்தாலும் நம்மால் உணவை பெற முடியாது. நாம் நமது துணியை நெய்யும் நெசவாலரை பார்த்திராவிட்டாலும், நம்மை நாமே அழகாக உடுத்திக்கொள்வது அவர்களாலேதான். நாம் சுவாசிப்பதற்க்கான காற்றை அளிக்கும் மரம், நாம் அருந்துவதற்கான நீரை அளிக்கும் நீர்நிலை, மறைமுகமாக நமக்கு உதுவுகின்ற வகையில் இந்த உலகில் உள்ள அனைத்து மூன்றாவது நபர்களையும் காரியங்களையும் நாம் அற்ப்பணிப்புள்ள பொறுப்போடு கவனமாக கருத்தில் கொள்ளவேண்டும்.

எங்கு நாம் சமூக பொறுப்புணர்வுள்ளவர்களாய் இருக்க வேண்டும்?

நாம் நமது குடும்பத்திலும் வீட்டிலும் பொறுப்புள்ளவர்கள்.

குடும்பத்தில் உள்ள நபர்களே ஒருவர் உருவாவதற்கும் திருத்தப்படுவதற்க்கும் முதல் குழுவாக உள்ளனர். வீடு தான் நமது வாழ்வில் முதல் இடமாயும் சிறந்த இடமாயும் உள்ளது, அதில் நாம் விரும்புகின்ற செயல்களை செய்வதற்கான சுதந்திரமும், அதனோடு வசதியாக இருப்பதான உணர்வும் உள்ளது. அதனால் நாம் நமது குடும்பத்திலும் வீட்டிலும் பொறுப்புள்ளவர்கள்.

நாம் நமது பள்ளியில்/ கல்லூரியில்/ வேலையிடத்தில் பொறுப்புள்ளவர்கள்.

நாம் வீட்டை அடுத்து பள்ளி/ கல்லூரி/ வேலை இடம் என நாம் ஈடுபட்டிருக்கும் காலவரையை பொருத்து அதில் அதிக நேரம் செலவழிக்கிறோம். எனவே நாம் அந்த இடங்களில் நேர்மறை விளைவுகளுக்காகவும் பயனுக்காகவும் மதிப்பீடுகளுடனும் நெறிகளுடனும் , பொறுப்போடு இருப்பது அவசியமாகும்.

நாம் சமூகத்தில் பொறுப்புள்ளவர்கள்.

வீடு மற்றும் பள்ளி/கல்லூரி/வேலையிடம் மற்றும் நிறைய காரியங்கள் நம்முடைய சமூகத்திற்கு கீழ்தான், நம்முடைய தேவைகளை அணுக, ஏற்ற விதத்தில் பெற அது நமக்கு உதவுகிறது. எனவே நாம் நம்முடைய சமூகத்தில் அனைத்திற்கும் அனைவருக்கும் பொறுப்புள்ளவர்கள்.

நாம் நம்முடைய தெருவில்/ நகரில்/ மாநிலத்தில்/ நாட்டில் பொறுப்புள்ளவர்கள்.

சமூகம் என்பது ஒரு மாவட்டம், மாநிலம், தேசம் அல்லது ஒரு குழு மக்களாக இருக்கிறார்கள், அதை நாம் சுலபமாக தொடர்புக்கொள்ள கூடிய நபர்களை கொண்டு வரையறுப்பது கூடாது. நாம் நம்முடைய தெருவிற்கு பொறுப்பாளிகளாக இருப்பது அவசியம் ஏனெலில் நம் வீடு அங்குள்ளது, நாம் நகருக்கோ மாநிலத்திற்கோ நாட்டிற்கோ பொறுப்பாளிகளாய் இருப்பது அவசியம் ஏனெனில் அதின் அரசியலமைப்பிற்கும் நிர்வாகத்திற்கும் உட்பட்ட உரிமைகளையும், சலுகைகளையும் அனுபவிக்கிறோம்.

நாம் சுற்றுபுறத்திலும் முழு உலகிலும் பொறுப்புள்ளவர்கள்

பெருமளவில் காரியங்களை நோக்கினால், நாம் அனைவரும் பூமியில் வாழ்கின்றோம், அதை சரியான விதத்தில், தொடர்ந்து நிலைத்திருக்க கூடிய விதத்தில் ஒவ்வொருவரின் நலனிற்காக பராமரிப்பதும் அவசியமாகும். பூமியை பாதிக்கும் ஒரு நபரின் தவறு, நிகழ் காலத்திலும் எதிர் காலத்திலும் அதில் வாழும் அனைவரின் உயிருக்கும் ஆபத்தை விளைவிக்கும். நமது சுற்றுப்புறத்தில் உள்ள ஒரு சிறிய பகுதியிலிருந்து முழு உலகம் வரை பொறுப்புள்ளவர்களாக இருக்க வேண்டும்.

நாம் எப்பொழுது சமூகத்திற்கு பொறுப்புள்ளவர்களாக இருக்க வேண்டும்?

நாம் நம்முடைய குடும்பத்தினருக்கு, நண்பர்களுக்கு, உறவினர்களுக்கு, பள்ளி/ கல்லூரி/ வேலையிடத்தில் உள்ளவர்களுக்கு, நெருங்கியவர்களுக்கு பொறுப்புள்ளவர்களாக இருக்க வேண்டும்.

எல்லோரும் வழக்கமாக பொருள் சார்ந்த பொருள் சாராத காரியங்களை நம்மை சுற்றி நெருங்கியவரோடு பகிர்கிறோம், பங்களிப்பு அளிக்கிறோம். எனவே நமது குடும்பத்தினருக்கு, நண்பர்களுக்கு, உறவினர்களுக்கு, பள்ளி/ கல்லூரி/ வேலையிடத்தில் உள்ளவர்களுக்கு நெருங்கியவர்களுக்கு

பொறுப்புணர்வை காண்பிப்பதற்கு விசேஷித்த நேரம் அவசியமில்லை. நமக்கு நெருங்கியவர்களிடத்து எப்பொழுதும் பொறுப்போடு இருப்பது அவசியமாகும்.

நம்முடைய சமூகத்திற்கு/ தெருவிற்கு/ நாட்டிற்கு, சூழலுக்கு, மூன்றாம் நபர்களுக்கு எப்பொழுதும் பொறுப்புடன் இருக்க முடியாவிட்டாலும் ஏதவாவது தீவிர நெருக்கடி/ இயற்கை பேரழிவு ஏற்படும் பொழுதாவது பொறுப்பாக இருக்கலாம்.

நமக்கு நெருங்கியவராயினும் இல்லையெனிலும் நாம் எப்பொழுதம் அனைத்து காரியங்களுக்கும் சுற்றியுள்ள அனைத்து நபர்களுக்கும் பொறுப்பாக இருக்க வேண்டும், அனைத்து மக்களும் இந்த பூமியில் நம்மோடு வாழ்கிறார்கள் என்ற ஒரு காரணமே அதற்கு போதும். ஆனால் தனிப்பட்ட காரியங்களில் நாம் பிடிப்பட்டுள்ளதால் அது எப்பொழுதும் சாத்தியமாக இருக்காது, அதனால் நாம் ஏதவாவது தீவிர நெருக்கடி/ இயற்கை பேரழிவின் பொழுதாவது நம்முடைய சமூகத்திற்கு/ தெருவிற்கு/ நாட்டிற்கு, சூழலுக்கு, மூன்றாம் நபர்களுக்கு பொறுப்பாக இருக்கலாம்.

நாம் எப்படி சமூகத்திற்கு பொறுப்புடன் இருக்கலாம்?

குடும்பம்/ நண்பர்கள்/ உறவினர்கள்:

- ***நம்முடைய பெற்றோருக்கும்/ உறவினருக்கும் வீட்டு வேலைகளில் நாம் உதவலாம், சகோதரருக்கு/ நண்பருக்கு படிப்பு அல்லது வேலை முதலிய காரியங்களில் உதவலாம்***.

நம்மால் இயலாத காரியங்களில் பெரும்பாலும் நமது பெற்றோர் அல்லது உறவினர்கள் நமக்கு உதவ வேண்டும் என விரும்புவோம், ஆனால் அவர்களுக்கு தேவையான காரியங்களில், நமக்கு நல்ல சூழல் கொடுக்கப்படும் காரியங்களில் நாம் அவர்களுக்கு உதவுவதில்லை. நாம் அவற்றிலிருந்து சில உபயோகமான காரியங்களை பெறுகிறோம், எனவே வீட்டு வேலைகளில் அவர்களுக்கு உதவுவலாம். நாம் நம்முடைய நண்பர்களுக்கோ சகோதரருக்கோ அவர்கள் தங்களை மேம்படுத்திக் கொள்ள படிப்பிலோ மற்ற காரியங்களிலோ உதவலாம்.

நாம் அன்பு, அக்கறை, ஊக்கம், யோசனைகள் முதலியவற்றை வேண்டிய நேரத்தில் பகிர்ந்து உணர்வு ரீதியாக உதவலாம்.

நண்பர்கள், குடும்பத்தினர், உறவினர்கள் போன்ற நபர்களே நாம் வெவ்வேறு காரியங்களை பகிர்வதற்கு ஒருங்கிணைந்தவர்களாய் உள்ளனர். அவர்களால் நாம் அன்புக்கூறப்படுகிறோம் மற்றும் பராமரிக்கப்படுகிறோம், அவர்களுக்கு தேவைப்படும் பொழுது அவற்றை திரும்ப கொடுப்பதும் அவசியமாகும். நிறைய நேரங்களில் நாம் நிறைய நபர்கள் நம்மை வியந்து பின்பற்ற வேண்டுமென விரும்புவோம், நம்மோடு நீடித்து வரும் உறவுகளை புறக்கணிப்போம். சமூகரீதியாகவும் உணர்வுரீதியாகவும் நமக்கு நெருங்கியவர்களுக்கு அன்பு, அக்கறை, ஊக்கம், மற்றும் சிறந்த தீர்வுகள் கொண்டு, அவர்களுக்கு தேவைப்படும் போது உதவுவது அவசியமாகும்.

நமக்கு பிரியமானவர்களுக்கு தேவைப்படும் பொழுது நம்முடைய உடைமைகளை பகிர்வது அவசியமாகும்.

எப்பொழுது உண்மையான அக்கறை உள்ளதோ, சுற்றியுள்ள மக்களோடு நல்ல உறவும் இருக்கும், மற்ற பொருள் சார்ந்த காரியங்களை பிடித்துக்கொள்ள கவலைக்கொள்ள மாட்டோம். நாம் பொறுப்புள்ளவர்களாய் இருக்கும் போது நம்முடைய உடைமைகளை தேவைப்படும் நமக்கு நெருங்கியவர்களோடு தானாகவே பகிர்வோம்.

➢ ***நம்முடைய பெற்றோர்/ நண்பர்கள்/ உறவினர்கள் சரியில்லாத, ஏற்க முடியாத காரியங்களை செய்யும் போது சரியான அறநெறிகளை கொண்டு சரி செய்ய வேண்டும்.***

தெரிந்தோ தெரியாமலோ நாம் அனைவரும் நிறைய தவறுகள் புரிகிறோம். எனவே யாராக இருப்பினும் மற்றவர் சொல்வதற்கு இசைந்து அதை ஒத்து இருக்க வேண்டும் என அவசியமில்லை. நம்முடைய பெற்றோர் அல்லது நண்பர் அல்லது உறவினரின் மதிப்பீடுகள் அறநெறிகளை கொண்டு இல்லாத போது, அதை சரி செய்வது அவசியமாகும். அவர்கள் சரியானதும் ஏற்புடையதுமான செயல்களையும் சிந்தனையையும் கொண்டிருக்க செய்ய நாமே பொறுப்புள்ளவர்கள்.

பள்ளி/ கல்லூரி/ வேலையிடம், சமூகம், நாடு:

➢ ***நாம் நாம் நம்முடைய பள்ளி/ கல்லூரி/ வேலையிடத்திற்கு நேரத்திற்கு செல்ல வேண்டும், அங்கிருந்து நேரத்திற்கு புறப்பட வேண்டும். பொது***

இடங்களில் உள்ள சட்ட திட்டங்களை பின்பற்ற வேண்டும், மற்றும் அங்கு செல்வதற்கு முன்பே அதை ஒற்றுக்கொண்டிருக்கிறோம் என்பதை மறவாமல் இருக்க வேண்டும்.

எல்லோரும் நாம் இருக்கும் நிலைக்கு ஏற்றார் போல பள்ளி அல்லது கல்லூரி அல்லது வேலையிடத்தில் பங்குவகிக்கிறோம். நாம் அதிலிருந்து சிலவற்றை உபயோகிப்பதாலும், அதற்கு உபயோகமாக சில காரியங்களை செய்வதாலும், அதற்கு பொறுப்பாளிகளாக இருக்கிறோம். நாம் சரியான நேரத்தில் வருவதும் போவதுமாக தவறாமையோடு இருந்து நேரத்தை சிறந்த வகையில் நிர்வகிப்பதும், ஒருவருக்கொருவர் பொறுப்பாக இருப்பதும் அவசியமாகும். நாம் ஏற்கனவே ஒரு இடத்தில் சேரும் பொழுதே அதிலுள்ள சட்ட திட்டங்களை கைக்கொள்வதை ஒற்றுக்கொண்டிருக்கிறோம், எனவே ஒரு நேர்த்தியான சூழல் இருப்பதற்கு அதை கடைப்பிடிப்பதும் அதற்கு கீழ்படிவதும் அவசியமாகும்.

- ***நாம் அனைவரையும் ஏற்க வேண்டும், ஒருவருக்கொருவர் உதவ வேண்டும், ஒருவரை ஒருவர் ஊக்குவிக்க வேண்டும், மூத்தவர்களுக்கு மரியாதை அளிக்க வேண்டும்.***

நாம் ஒரு நோக்கத்திற்கு பொதுவான இடத்தில் கூடும்போது நம் மத்தியில் எப்பொழுதும் நிறைய வேறுபாடுகள் இருப்பதை கவனித்து உணரலாம். ஒருவருக்கொருவர் பொறுப்பாக இருப்பதற்கு முன்னர் ஒருவரை முதலில் இன்னொருவர் ஏற்பது அவசியமாகும். சில நேரங்களில் நாம் ஒருவரை ஒருவர் தாங்க வேண்டும், ஊக்குவிக்க வேண்டும். மற்றும் நாம் ஒருவரை ஒருவர் நோக்குவதும் மதிப்பதும் கூட அவசியமாகும், விசேஷமாக மூத்தவர்கள் பெரியவர்களை மதிப்பது அவசியம்.

- ***அறநெறிகளை கொண்ட மதிப்பீடுகளை நாம் பின்பற்ற வேண்டும்.***

ஒரு நபர் அல்லது நிறுவனம் தமக்குள் இருக்கும் உள்ளுணர்வை மறுத்து அறநெறிகளை மீறினாலும், நாம் எது சரியோ அதற்காக நிற்பதும், பொறுப்பானவர்களாக மற்றவரை சரியான பாதையில் நடத்துவதும் அவசியமாகும்.

- ***தனிப்பட்ட பொருட்களை நாம் அக்கறையோடு கையாள்வது போல பொதுவான பொருட்களையும் நாம் கையாளவேண்டும்.***

எல்லோரும் நமக்கு சொந்தமான காரியங்களை, அதிக நாட்கள் உபயோகிக்க கூடிய விதத்தில் அதிக கவனத்துடன் கையாளுவோம், ஆனால் பொதுவான பொருட்களை உபயோகிக்கும் பொழுது கொஞ்ச கவனம் அல்லது கவனமே இல்லாமல் இருப்போம். தனிப்பட்டதோ அல்லது பொதுவானதோ நாம் பொருட்களை சரியான விதத்தில் கையாளுவதில் பொறுப்போடு இருக்க வேண்டும்.

➢ ***நாம் எங்கிருந்தாலும், எப்படியிருந்தாலும் ஏற்றுக்கொண்ட பொறுப்புகளை நாம் நிறைவேற்ற வேண்டும்.***

பொதுவாக சில பொறுப்புகள் கொடுக்கப்பட்டிருக்கும் பொழுது, நாம் அனைவரும் அதை குறித்து அதிகம் சிந்திப்பதில்லை, அதை சாதாரணமாக எடுத்துக்கொள்கிறோம். நாம் ஒரு காரியத்தை ஏற்றிருக்கும் பொழுது, அது தனிப்பட்ட விதத்திலோ அல்லது குழுவாகவோ, எப்படி கொடுக்கப்பட்டிருந்தாலும் அதனை எந்த விலை கொடுத்தாவது நிறைவேற்றுவது அவசியமாகும்.

➢ ***நாம் புதுமைத்துவம் உள்ளவர்களாய் நம்முடைய தேசத்தின் முன்னேற்றத்திற்கு பங்களிக்க வேண்டும்.***

பொறுப்போடு இருப்பதென்பது நம் தலைமேல் இருக்கும் காரியங்களை திரும்ப திரும்ப செய்வது மாத்திரமல்ல. நாம் புதுமையான வெவ்வேறு காரியங்களை முயற்சித்து, முன்னேற்றத்திற்கு பங்களிக்க ஒருவருக்கொருவர் உண்மையான கரிசனையோடு, எதிர்பார்ப்பிற்கு மேல் சில மேம்பட்ட காரியங்களை செய்வதாகும்.

➢ ***தேவையுள்ள மக்கள் அவர்கள் தேவையை தாங்களே கண்டடையும் வகையில் உதவ வேண்டும். நாம் மற்றவருக்கு உதவவில்லை என்றாலும், இடையூறாக இருத்தல் ஆகாது.***

எப்பொழுதும் நம்மை சுற்றி வெவ்வேறு தனிப்பட்ட சமூக காரணங்களால் சரியான உரிமைகள் கிடைக்க பெறாத மக்கள் உள்ளனர். நாம் ஒருவருக்கொருவர் பொறுப்புள்ளவர்கள், தேவையுள்ளவர்களுக்கு உதவி செய்து, அவர்களின் தேவைகளை அவர்களே சந்திக்க உதவலாம். நாம் தேவையுள்ளவர்களுக்கு உதவவில்லை என்றாலும், அவர்களுக்கு தடையாக இருக்க கூடாது.

➢ ***நாம் நம்முடைய நேரத்தை வீணாக்க கூடாது மற்றும் நம்முடைய உடை அலங்காரத்தில், மனப்பான்மையில் நடத்தையில் தாழ்மையுள்ளவர்களாக இருக்க வேண்டும்.***

எல்லோரும் நமக்கு நாமே பொறுப்பாளிகள். சூழ்நிலைகள் நம்மை பாதித்தாலும், நாம் செலவழிக்கும் நேரம் பற்றி நமக்கு தெரியும், மற்றும் நாமே அதை நிர்ணயிக்கிறோம். நாம் நம்முடைய நேரத்தை உபயோகிக்க நாமே பொறுப்புள்ளவர்களாக இருக்க வேண்டும். சிந்திக்கும் விதத்தில், உடை உடுத்துவதில், செயல்படுவதில், பொறுப்புகளை கொடுப்பதில், பொறுப்புகளை எடுத்துக்கொள்வதில் நாம் தாழ்மையானவர்களாயும் மதிக்கப்பட கூடியவர்களாக இருப்பதும் அவசியம்.

சுற்றுப்புற சூழல்/ சூழ்நிலை/ இயற்கை:

➢ ***நாம் மருத்துவ கழிவுகள், மக்கும் கழிவுகள், மக்காத கழிவுகள் போன்றவற்றிற்கு ஏற்ற சரியான முறைமைகளை கொண்டு, கழிவுகளை பாதுகாப்பாக நிர்வகிக்க வேண்டும்.***

நம்மில் நிறைய நபர்கள் தேவையில்லாத காரியங்களை அப்படியே தூக்கி எறிகிறோம், யாரும் அதை சரியான விதத்தில் அப்புறப்படுத்தும் பொறுப்பை ஏற்காவிடில் அது ஏற்ற இடம் இன்றி அப்படியே இருக்கும் என்பதை பெரிதும் யோசிப்பதில்லை. நாம் நம்முடைய சுற்றுப்புற சூழலுக்கு பொறுப்புள்ளவர்களாக, வெவ்வேறு கழிவுகளை சரியான வழியில் சரியான இடத்தில் அப்புறப்படுத்துவது அவசியமாகும்.

➢ ***நம்மை சுற்றியுள்ள நிலத்தினை சரியாக உபயோகித்து, இயற்கை இயற்றிகளை கொண்டு பாதுகாக்க வேண்டும்.***

இன்று மக்கள் கனிமங்களை தோண்டி எடுக்கவும், கட்டிடங்களை கட்டவும், அழியாத தன்மையுடைய செயற்கை பொருட்களை பயன்படுத்தி, நிறைய இயற்கை வாழ்விடங்களை இடித்தும் அழித்தும் விட்டார்கள். நாம் கொண்டிருக்கும் நிலம் நம்மை பாதுகாக்கிறது, நாம் உண்ணும் உணவை தயாரிக்க உதவுகிறது, அதனால் இயற்கை இயற்றிகளை உபயோகித்து சரியான விதத்தில் பொறுப்போடு நிலத்தை பராமரிப்பது அவசியமகும்.

➢ ***காற்று மாசுப்படுவதில் இருந்து பாதுகாக்க வேண்டும்.***

மனிதர்கள் மிக எளிதில் ஒரு மரத்தை அழித்து, காகிதங்கள், மரசாமான்கள், உறைவிடங்கள் உண்டாக்குகின்றனர். நிறைய நேரங்களில் அதை அழிப்பதில் இருக்கும் விளைவையும், அது திரும்ப உற்பத்தியாக எடுக்கும் உழைப்பையும் நாம் உணருவதில்லை. நாம் மரங்களில் இருந்து காற்றை சுவாசிப்பதால் அதற்கு பொறுப்பாகிறோம். மனிதர்களால் உண்டாக்கப்படுகின்ற மாசு சுற்றுப்புற சூழலில், காற்றில் கலக்காதவாறு பாதுகாப்பது அவசியமாகும்.

➢ ***நாம் புதுப்பிக்க முடியாத ஆற்றல் மூலத்தை பெருமளவில் குறைத்து, புதுபிக்க கூடிய ஆற்றல் மூலத்தை உபயோகிக்க வேண்டும்.***

எல்லா பொருட்களும் திடீரென தானாக தனக்கு தானே பதிலாகி கொள்ள பூமியில் இடம் இல்லை. எனவே ஒரு பொருள் உபயோகிக்கப்பட்டால், அது முடிந்தாயிற்று, மற்றும் அது திரும்பவும் பதிலாக்கப்பட நிறைய காலம் தேவைப்படும். எனவே நீடிய வாழ்வாதாரத்திற்கும், நம்முடைய பொறுப்புணர்வை கண்பிப்பதற்க்கும் புதுபிக்க இயலாத ஆற்றல் மூலக்கூறுகளை விட புதுபிக்க கூடிய ஆற்றல் மூலக்கூறுகளை உபயோகிப்பது நல்லதும் அவசியமுமாகும்.

➢ ***நாம் மரங்கள் வெட்டுவதை தவிர்த்து, நிறைய மரங்களை நட்ட வேண்டும்.***

சுற்றுப்புறசூழலில் பொறுப்புள்ளவர்களாக பங்குள்ளவர்களாக அதிலிருக்கும் அனைத்திற்கும் நாமே பொறுப்பாளிகள். நாம் மரங்களை வெட்டி உபயோகிப்பதற்கு பதில் வேற்று வழிகளை கண்டறியலாம், மற்றும் நாம் வெட்டும் ஒவ்வொரு மரத்திற்கு பதிலாக பொறுப்புணர்வோடு நிறைய மரங்களை நடலாம்.

➢ ***நீர்நிலைகளை கொண்டிருக்க வேண்டும், மற்றும் சுய நோக்கத்திற்காக தேவையில்லாத கட்டிடங்கள் கட்டுவதையும் நிலத்தை நிரப்புவதையும் தவிர்க்க வேண்டும்.***

நிறைய சுற்றுச்சூழல் சுயநலத்தால் இயல்பற்ற மனித செயல்பாடுகளால் பாதிக்கப்படுகிறது, அது சுற்றுப்புறத்தில் நிறைய சமநிலையின்மையை உண்டாக்குகிறது. நாம் சுற்றுப்புறத்தில் நிறைய நன்மைகளை அனுபவிக்கிறோம், அதனால் நீர்நிலைகளை பராமரிப்பது, கட்டிடங்களை

கட்ட தாழ்நிலங்களை நிரப்புவதை தவிர்ப்பது, உயிருள்ள மற்றும் உயிரற்ற காரியங்களுக்கு இடையூறு செய்வதை தவிர்ப்பது, போன்றவை அவசியம்.

➢ ***நம்மை சுற்றியுள்ள சுற்றுச்சூழலுக்கு இடையூறு செய்ய கூடாது, மற்றும் இயற்கை தன்னுடைய சமநிலையில் தொடர்ந்து இருக்க உதவ வேண்டும்.***

நாம் சுற்றுச்சூழலில் உள்ள அனைத்து காரியங்களிலும் பொறுப்புள்ளவர்கள், நாம் புதுமையான காரியங்களை கண்டறியும் பொழுது சுற்றுப்புறத்தில் நிறைய காரியங்கள் மாற்றமடைகிறது, இயற்கையை சமநிலையோடு பராமரிக்க, அது நிலைப்பாட்டில் இருப்பதற்கு உதவ நாமே பொறுப்பாளிகள். நாமே சுற்றுச்சூழல் இடையூரில்லாமல் இருப்பதை நிச்சயிக்க பொறுப்புள்ளவர்களாயும், அதற்கு முதல் நபர்களாயும் உள்ளோம்.

சமூக பொறுப்புணர்வின் பயன்கள்:

மனிதர்களுக்கும் சுற்றியுள்ள உயிருள்ள/ உயிரற்ற உயிரினத்திற்கும் உரிய நமது பொறுப்பினை நாம் அனைவரும் உணரும் பொழுது முழு உலகமே இன்பமான இடமாகும்.

இந்த முழு உலகிலும் ஆக்கப்பூர்வமான மற்றும் அழிக்கக்கூடிய முக்கிய காரியங்களுக்கு மனிதர்களே பொறுப்பாளிகள். நாம் ஒவ்வொருவரும் நம்முடைய சுயநலத்தை கொன்று, கரிசனையோடு மற்றவர்களுக்கும் நம் சுற்றுபுறத்திற்கும் பொறுப்புணர்வை காண்பிக்கும் பொழுது, நம்மிடைய சமூக பிரச்சனைகள் குறையும்.

நம்முடைய பொறுப்பினை நாம் உணரும் போது, இயற்கை சமநிலையுடன் இருக்கும். அனைவரும் திறனை/ அறிவை/ அனுபவத்தை பொதுவான காரியத்தின் நன்மைக்கு பயன்படுத்துவோம், சுயநலத்தில் பெறுவதற்காக அல்ல.

நிறைய நேரங்களில் நாம் நம்மை மாத்திரமே கருத்தில் கொண்டு, மற்றவர்களை நம்முடைய லாபத்திற்கு உபயோகிப்போம். எப்பொழுது நாம் அனைவரும் மற்றவரிடத்தில் நமக்கிருக்கும் பொறுப்பினை உணர்கிறோமோ, அப்பொழுதுதான் அனைத்தையும் பொது நன்மைக்காக சரி சமமாக ஒருவரோடு ஒருவர் பகிர்ந்து, சமநிலையுடனும்,

அனைவருக்கும் அனைத்து வளங்களும் கிடைக்கப்படும் நிலையை அடைய முடியும்.

நம்முடைய பொறுப்பினை நாம் கண்டுணரும் பொழுது, விளைவாக நம்முடைய மனப்பான்மையும் நம்முடைய நடத்தையும் நேர்மறையாக மாறும், மற்றும் எல்லா பிரச்சனைகளுக்கும் காரணமான நம்முடைய சுயநலத்தை நாம் அகற்ற முடியும்.

எல்லா பிரச்சனைகளுக்கும் மூல காரணம் பெருமையும் தன்னை அனைவருக்கும் மேல் பெரியவராக காண்பிக்க நினைப்பதுமாகும். அனைத்தின் அழியும் தன்மையை கண்டுணர்ந்து அறியும் பொழுதுதான், நம்மால் பெருமையிலிருந்து வெளிவர முடியும். நம்முடைய பொறுப்பினை நாம் கண்டுணரும் பொழுதும், ஒருவரை ஒருவர் அங்கீகரித்து நேர்மறையான விதத்தில் நம்முடைய மனப்பான்மையையும் நடத்தையையும் மாற்ற முடியும்.

நம்முடைய பொறுப்பினை நாம் கண்டுணரும் பொழுது, எல்லா வேறுபாடுகள் நிமித்தமும் அனைவரும் சமமான உரிமைகளை அனுபவிக்க முடியும்.

நம்மிடையே உள்ள வேறுபாட்டிற்கு காரணம் சுரண்டலும், சில மக்களை அவர்கள் தங்கள் உரிமைகளை அனுபவிக்க கூடாமல் தடுப்பதும் ஆகும். நாம் பொறுப்பாக இருக்கும் பொழுது, அறியாமையுள்ள மனிதர்கள் அவர்களின் உரிமைகளை தெரிந்துக்கொள்ள செய்வோம், மற்றும் அவர்களை சுரண்டாமல் நிலைநிறுத்த உதவுவோம்.

யுத்தங்கள் முடிவடையும், அன்பு மற்றும் மகிழ்ச்சியின் நறுமணம் எல்லா நேரங்களிலும் எல்லா இடங்களிலும் அனைவரிடத்தும் இருக்கும்.

ஒருவருக்கொருவர் பொறுப்பாக இருப்பதன் மூலம், நாம் வேறுப்பாடுகளையும் குறைப்பாடுகளையும் ஏற்று, மற்றவரின் பலங்களை நிறைய காரணிகளின் நிமித்தம் ஒப்புக்கொள்ள முடியும். ஒருவருக்கொருவர் ஒற்றுமையும் நல்லிணக்கமும் இருப்பதால், யுத்தங்களுக்கு அவசியம் இருக்காது, அன்போடும் மகிழிச்சியோடும், மக்கள் மற்றவரின் நலனை விரும்புவர்.

9. துவக்க முயற்சி எடுத்தல்

(நமக்கு நிறைய அறிவும் யோசனைகளும் இருப்பினும், காரியங்களை துடங்க உதவும் திறன்)

மனித இயல்பு:

மனிதர்களே தங்களுடைய சிந்தனைகள் மற்றும் செயல்களினால் புதுமைத்துவம் உள்ளவர்களாய் இருக்க முடியும்.

மனிதர்களாகிய நாம் உணர்வுகளையும் அறிவையும் உடையவர்களாய் மிகவும் விசேஷமானவர்கள். உலகில் உள்ள மற்ற எந்த உயிரினமும் உலகின் வளங்களை முழுவதும் உபயோகிப்பதில்லை, ஆனால் அதற்கு தேவையானதை மாத்திரம் உபயோகிக்கிறது. மனிதர்கள் மிகவும் அறிவுள்ளவர்கள், அதுவே அவர்களை சிந்தனையிலும் செயலிலும் புதுமைத்துவம் உள்ளவர்களாக்குகிறது.

உலகை ஆக்கப்பூர்வமாகவோ அழியக்கூடியதாகவோ ஆக்க மனிதர்களாலேயே முடியும்.

சிந்தனைகளை செயல்களாக்கும் பொழுது, நேர்மறை விளைவுகள் மாத்திரம் இருக்காது, ஆனால் சில கற்றுக்கொள்ளுதலும் இருக்கும். மனிதர்களுடைய இயல்பு மிகவும் சிக்கலானது, மற்றும் சில செயல்கள் நெருக்கடியானதாகவும் இருக்கும். மனிதர்களுடைய செயல்கள் சில நேரம் ஆக்கப்பூர்வமாக இருக்கும், சில நேரம் அளிவுத்தரக் கூடியதாக இருக்கும்.

உலகிலுள்ள எல்லா உயிரினங்களும் ஒரு குறிப்பிட்ட முறைமையை பின்பற்றுகின்றன, அதன் மூலம் நிறைய காரியங்களை கற்க முடியும். ஆனால் மனிதர்கள் தனிச்சிறப்புடையவர்கள்.

நாம் இயற்கையின் அழகையோ, உயிரிகள் முறைமையில் பின்பற்றக்கூடிய காரியங்களையோ என்றும் ஒதுக்க முடியாது. மற்றும் வழக்கத்தில், ஒன்றுமையில், சில உயிரிகளின் ஆச்சரியமான தன்மைகளில் இருந்து நாம் நிறைய கற்கலாம். எல்லா உயிரினங்களிலும் மனிதர்கள் மாத்திரமே பகுத்தறியும், புரிந்துக்கொள்ளும் தன்மையுடையவர்கள், அது அவர்களை அசாதாரனமானவர்களாக்குகிறது.

மனிதர்களுக்கு மிக அதிகமான படைப்பாற்றல் உள்ளது, கண்டுபிடிக்கப்பட்ட காரியங்கள் மூலம் நாம் வானில் பறவையை போல பறக்கிறோம், நீரில் மீனை போல நீந்துகிறோம்.

மனிதர்களை தவிர்த்து எந்த உயிரினமும் கட்டிடங்கள், பொருட்கள், அல்லது இயந்திரங்களை தனக்காக ஸ்தாபித்ததில்லை. மனிதர்கள் தங்கள் படைபாற்றலால் பறவையை போல பறக்க விமானத்தையும், வானூர்தியையும் உண்டாக்கினர், கப்பல்களையும், நீரில் நீந்தவும் மிதக்கவும் நீர் மூழ்கி கப்பல்களையும் உண்டாக்கினர். அவர்கள் தொடர்ச்சியாக காரியங்களை படைக்கவும் கண்டறியவும் தங்கள் படைப்பாற்றலை உபயோகிக்கின்றனர்.

மற்றவர்களுக்கு இல்லாத திறனும் அறிவும் எல்லோருக்கும் இருப்பினும், துவக்க முயற்சி எடுக்காததால் அதை வெளிப்படுத்த தவறுவர்.

அனைவரும் நம்முடைய திறனிலும் அறிவிலும் தனித்துவம் உள்ளவர்கள், நிச்சயமாக மற்றவர்களுக்கு ஏதாவது வகையில் பங்களிக்க கூடியவர்கள். ஆனால் நிறைய நேரங்களில் ஒரு சிலரே முன் வந்து தங்களை வெளிப்படுத்துகின்றனர், தங்கள் திறனையும் அறிவையும் உறுதிப்படுத்துகின்றனர். நிறைய நபர்கள் துவக்க முயற்சி இல்லாமையால் தங்களை தாங்களே ஒடுக்குகின்றனர்.

துவக்க முயற்சி என்பதென்ன?

துவக்க முயற்சி என்பது காரியங்களை மதிப்பிட்டு, சார்ந்திராது தொடங்கக்கூடிய திறனாகும்.

நம்மை சுற்றியுள்ள நிறைய காரியங்களை நாம் உள்வாங்குவதால், ஆராய்வதால நமக்கு நிறைய யோசனைகளும் சிந்தனைகளும் உள்ளன. ஆனால் எப்படி, எங்கு தொடங்க வேண்டும் என்று தெரியாத காரணத்தால், அவை அனைத்தும் செயல்களாக, கண்டுப்பிடிப்புகளாக செயலாக்கம் அடையப்படுவதில்லை. துவக்க முயற்சி என்பது புதியதாக, ஆராய்ந்த பிறகு காரியங்களை சுதந்திரமாக தொடங்க எடுக்கப்படும் முதல் படியாகும்.

துவக்க முயற்சி என்பது மற்றவர்கள் பொறுப்பேற்கும் முன் செயல்படும் ஆற்றல் அல்லது வாய்ப்பாகும்.

உலகிலுள்ள நிறைய மக்கள் ஒரு பொதுவான இலக்கை அடைய நிறைய வழிகளில் முயற்சிக்கிறார்கள். ஆனால் எல்லோருக்கும் துவக்க முயற்சி அவசியம், மற்றும் வாய்ப்பை கண்டறிவதும் பொறுப்புடன் செயல்படுவதும் கூட அவசியம். நல்ல நேரத்திற்காக, வளங்கள் முழுவதும் கிடைக்கும் வரை காத்திருப்பது எப்பொழுதும் உதவாது. நாம் செயல்படுபவர்களாக இருக்கின்ற வளங்களை கொண்டு காரியங்களை சரியான நேரத்தில் செய்வது அவசியமாகும்.

சில ஆர்வமிக்க புதுமையான காரியங்களை செய்ய எப்பொழுதும் நிச்சயம் முதல் படி உள்ளது. துவக்க முயற்சி என்பது சில காரியங்களை சாதிக்க தொடங்கப்படும் முதல் முயற்சியாகும்.

எல்லோருக்கும் சாதிக்க வேண்டும், உதவ வேண்டும் அல்லது உருவாக்க வேண்டும் என்ற சிந்தனை உண்டு, ஆனால் துடங்காத வரை நாம் குறித்த இலக்கை நம்மால் அடைய முடியாது.

மனிதர்களாக நாம் சில புதமையான காரியங்களை சாதிக்க, தேவையிலுள்ள மற்றவர்களுக்கு உதவ, மேம்பட்ட புதிய காரியங்களை உருவாக்க அற்பபுதமான சிந்தனைகளை கொண்டுள்ளோம். ஆனால் சிந்தனைகளை செயல்ப்படுத்தாத வரை, விரும்பிய நிலைக்கு யாராலும் முன்னேறி, அதை அடைய முடியாது.

ஏன் நாம் துவக்க முயற்சியுடைவர்களாக இருக்க வேண்டும்?

சில புதிய காரியங்களை சாதிக்க நாம் துவக்க முயற்சி உடையவர்களாக இருக்க வேண்டும்.

மற்றவரின் கவனத்தை ஈர்க்க நாம் அனைவரும் ஏதாவது புதியதாக செய்ய விரும்புகிறோம். ஆனால் நம்மை சுற்றியுள்ள உலகம் புதுமைகளை உடனடியாக ஏற்பதில்லை, அதனால் நமக்குள்ளே நிறைய தடைகள் உள்ளது. எனவே முதல் அடி எடுத்து வைத்தல் முக்கியம், மற்றும் துவக்க முயற்சி உடையவராக இருப்பது முதல் அடியை தன்னம்பிக்கையோடு எடுக்க உதவுகிறது.

தேவையுள்ளவர்களுக்கு உதவ, ***நாம் துவக்க முயற்சி உடையவர்களாக இருக்க வேண்டும்***.

நிறைய நேரங்களில் மற்றவர்களுக்கு உதவ வேண்டும் என்ற எண்ணம் துவக்க முயற்சி இல்லாமையால் தடைப்படுகிறது. துவக்க முயற்சி இல்லாமையால் தேவையுள்ள ஒருவருக்கு உதவ கூடிய காரியத்தில் கூட சாத்தியமில்லாமலும் ஆகிறது. பிறருக்கு உதவ துவக்க முயற்சி அவசியம்.

நம்முடைய மனப்பான்மைகளையும் யோசனைகளையும் வெளிப்படுத்த, மற்றவரை ஈர்க்க துவக்க முயற்சியுடையவராக இருப்பது அவசியம்.

நாம் காரியங்களை குறித்து நிறைய யோசிக்கிறவர்களாக இருக்கிறோம், ஆனால் நம்முடைய சிந்தனைகளையும் யோசனைகளையும் எளிதில் மற்றவர்களோடு பகிராமல் ஊமையாக இருக்கிறோம். நாம் உண்மையுள்ளவர்களாயும் தெளிவுள்ளவர்களாயும் இருக்க, வெளிப்படுத்துவது அவசியம், அப்படியிருந்தால் தான் நாம் கலந்து பேசி முன்னேற்றத்திற்கான காரியங்களை செய்ய முடியும். நாம் நம்மை வெளிப்படுத்தவும் மற்றவரை ஈர்க்கவும், துவக்க முயற்சி எடுப்பது அவசியம்.

ஒரு பிரச்சனையை தீர்க்க, தலைமைத்துவ திறன்களை மேம்படுத்த, துவக்க முயற்சியுடையவராக இருப்பது அவசியம்.

நாம் பொறுப்புகளை மிக எளிதாக ஏற்பதில்லை, அதனால் தான் நிறைய மக்கள் பின்பற்றுகிறவர்களாக இருக்கிறார்கள், ஒரு சிலரே தலைவர்களாக இருக்கிறார்கள். துவக்க முயற்சி எடுப்பதென்பது ஒரு முக்கிய தலைமைத்துவ திறனாகும், அது மற்றவர்களுக்கு பொறுப்பாக இருக்க உதவுகிறது, பிரச்சனைகளை தீர்க்கவும் உதவுகிறது.

யார், யாருக்காக துவக்க முயற்சி எடுக்க வேண்டும்.

எல்லோரும் தங்களால் முடிந்த காரியங்களில், தேவைப்படும் நேரங்களில் துவக்க முயற்சி எடுக்க வேண்டும்

நாம் எப்பொழுதும் சில காரியங்களில் ஆர்வமுடையவராகவும் திறன் உடையவர்களாகவும் இருக்கிறோம், நம்மால் இயன்ற காரியங்களில் நாம் துவக்க முயற்சி உடையவர்களாக இருக்க வேண்டும். நாம் எங்கு நம்முடைய உரிமைகளையும், சலுகைகளையும் அனுபவிக்கின்றோமோ, எங்கு தேவை இருக்கிறதோ நாம் அங்கு துவக்க முயற்சி உடையவர்களாக இருக்க வேண்டும்.

நாம் முதலில் குடும்பம், பள்ளி/ கல்லூரி/ வேலை இடத்தில் நமக்கு நெருங்கியவரிடத்து துவக்க முயற்சி எடுக்க வேண்டும்

நேரடியாகவோ மறைமுகமாகவோ நாம் ஈடுப்பட்டிருக்கும் காரியங்களில் நாம் பொறுப்புள்ளவர்கள், குடும்பம் அல்லது பள்ளி அல்லது கல்லூரி அல்லது வேலையிடம் ஆகியவற்றில் நமக்கு நெருங்கியவரிடத்து முதலில் நாம் துவக்க முயற்சி உடையவர்களாக இருக்க வேண்டும், ஏனெனில் அதில் நாம் ஒரு அங்கமாக இருக்கிறோம்.

பிறகு, நாம் சமூகத்தில், சுற்றுப்புறத்தில் துவக்க முயற்சி எடுக்க வேண்டும்.

நமக்கு நெருங்கியவரிடத்து நாம் துவக்க முயற்சி எடுப்பதுடன், நாம் பேரளவில் ஈடுப்பட்டுள்ள சமூகம் மற்றும் சுற்றுப்புறத்தில் ஏதாவது பிளவு அல்லது பிரச்சனை ஏற்படும் பொழுதாவது துவக்க முயற்சி எடுக்கலாம்.

எங்கு நாம் துவக்க முயற்சி எடுக்க வேண்டும்?

நம்முடைய வீட்டில் நாம் துவக்க முயற்சி எடுக்கலாம்.

வீடு தான் நமக்கு உரிமையான, நமக்கு சொந்தமான முதல் இடம். எனவே நாம் துவக்க முயற்சி உடையவர்களாக வீட்டில் பொறுப்புணர்வோடு இருப்பது அவசியம்.

நம்முடைய பள்ளி/ கல்லூரி/ வேலையிடம் முதலியவற்றில் நாம் துவக்க முயற்சி எடுக்கலாம்.

பள்ளி அல்லது கல்லூரி அல்லது வேலையிடம், வீட்டிற்கு அடுத்தப்படியாக நமக்கு முக்கியமானது. நாம் அந்த இடத்தில் ஒரு நோக்கத்திற்காக உள்ளோம், அதில் நம்முடைய முன்னேற்றத்திற்கு துவக்க முயற்சி உடையவர்களாக இருப்பது அவசியம்.

நம்முடைய சுற்றுப்புறத்தில் நாம் துவக்க முயற்சி எடுக்கலாம்.

நாம் ஒரு பங்காக இருந்து, நிறைய உரிமைகளை அனுபவிக்கும் இடம் நம்முடைய சமூகம்/ சுற்றுப்புறசூழல். நாம் சுவாசிக்கும் காற்றை, அருந்தும் தண்ணீரை, உண்ணும் உணவை சுற்றுப்புறத்தில் இருந்து பெறுகிறோம். எனவே நாம் ஒருவருக்கொருவரும், சுற்றுப்புறத்திற்கும் பொறுப்புள்ளவர்களாக, துவக்க முயற்சியுடன் இருப்பது அவசியம்.

எங்கு நாம் துவக்க முயற்சி எடுக்கலாம்?

குடும்பத்தில் நபர்கள் முக்கிய முடிவுகள் எடுத்து செயல்பட எண்ணும் பொழுது, நாம் வீட்டில் உதவுவதற்கு துவக்க முயற்சி எடுக்கலாம்.

நமக்கு நெருங்கிய தொடர்புடைய சூழலை நாம் அதிகமாக பயன்படுத்துகிறோம், அதில் அதிக கட்டாயம் இல்லாததால் அதை குறித்து அதிகம் அக்கறை கொள்வதில்லை. எப்படியிருந்தாலும் ஏதாக இருந்தாலும், வீடு தான் சிறந்த இடம், மற்றும் குடும்ப நபர்கள் முக்கிய தீர்மானங்கள் எடுக்கும் பொழுது அவர்களுக்கு உதவி, அதை செயல்படுத்த துணையாக இருக்கலாம்.

ஏதாவது காரியத்தை உருவாக்க, பொறுப்புகளை எடுக்க, ஏதாவது காரியத்தை பிறருக்கு வழங்க, பள்ளி/ கல்லூரி/ வேலையிடத்தில் நாம் துவக்க முயற்சி எடுக்கலாம்.

வீட்டிற்கு அடுத்தபடியாக, நாம் அதிக நேரத்தை நம்முடைய பள்ளி, கல்லூரி அல்லது வேலையிடத்தில் செலவழிக்கிறோம், மற்றும் நாம் சில பொறுப்புகளை அங்கு எடுத்துள்ளோம், அல்லது சில பொறுப்புகள் நமக்கு கொடுக்கப்பட்டிருக்கிறது. நம்முடைய வேலைகளை கொடுக்கப்பட்ட அறிவுரைகளின் படி பின்பற்றி முடிக்கிறோம், ஆனால் சில காரியங்கள் பாடத்திட்டம் அல்லது வேலையை தாண்டி தேவைப்படும் பொழுது நாம் அதை புறக்கணிக்கிறோம். நாம் சில புதிய காரியங்களை கற்க, பள்ளி/கல்லூரி/ வேலையிடத்தில் புதிய காரியங்களை உருவாக்க துவக்க முயற்சி உடையவர்களாக இருப்பது அவசியம்.

ஒரு பிரச்சனை/ கடின சூழ்நிலையை தீர்க்க, சரியான தலைமைத்துவம் இல்லாத பொழுது, நாம் சமூகத்தில் துவக்க முயற்சியை எடுக்கலாம்.

நாம் வாழ்கின்ற வீடு என்பதொரு தெரு, மாவட்டம், மாநிலம், நாடு மற்றும் உலகில் உள்ளது. எனவே இறுதியாக நாம் நம்முடைய சமூகத்திற்கு பொறுப்பாளிகள், மற்றும் நாம் அனுபவிக்கும் உரிமைகளின் நிமித்தம் நாம் மேற்பார்வையாளர்களாக இருப்பது அவசியம். நாம் காரியங்களை எப்போதும் நம்முடைய தலையின் மேல் எடுக்க முடியாது, எடுப்பது அவசியமுமில்லை, ஆனால் நம்முடைய சமூகத்தில் ஏதாவது பெரிய பிரச்சனை/ கஷ்டம், உடனடியாக தீர்க்கப்படுவது அவசியமாகும் பொழுது

நாம் துவக்க முயற்சி எடுக்கலாம். மற்றும் மக்களை வழிநடத்த சரியான தலைமைத்துவம் இல்லாத பொழுது, நாம் துவக்க முயற்சி எடுக்கலாம்.

எப்படி நாம் துவக்க முயற்சி எடுக்கலாம்?

நாம் துவக்க முயற்சி எடுக்கும் பொழுது தன்னம்பிக்கையோடு இருக்க வேண்டும்.

நாம் நம்மை நம்பாதவரை மற்றவரை நம்பவைக்கவும், பொறுப்புடன் துவக்க முயற்சி எடுப்பதும் கூடாமல் இருக்கும். நமக்கு தெரிந்த காரியங்களில், நாம் திறன் பெற்றவற்றில், கற்க கூடிய காரியங்களில் நாம் தன்னம்பிக்கையோடு இருந்து துவக்க முயற்சி எடுக்க வேண்டும்,

நாம் பகுத்தறிவு உள்ளவர்களாக நன்மை தீமைகளை குறித்து விழிப்புணர்வுடன் இருக்க வேண்டும்.

விளைவுகள், நேர்மறை காரியங்கள், மற்றும் எதிர்மறை காரியங்களை குறித்து திரும்ப திரும்ப யோசிப்பது, மிகவும் உதவிகரமாக இருக்கும். நாம் சில பிரச்சனைகள் அல்லது கடின சூழல்களின் பொழுது துவக்க முயற்சி எடுக்கையில், கட்டுப்பாடு இழந்தவர்களாக மிகவும் உணர்வுபூர்வமாக இருக்கிறோம். பகுத்தறிவு உள்ளவர்களாய் காரியங்களை கணிப்பது நமக்கு உதவும்.

நமக்கிருக்கும் விழிப்புணர்வை/ வெளிப்பாட்டை அதிகரிக்க நாம் புதிய காரியங்களை கற்கவும், நேரத்தை சரியாக நிர்வகிக்கவும் வேண்டும்.

அறிவு இல்லாமல் நிறைய காரியங்களை நிறைய காரியங்களை நம்மால் தொடர்புப்படுத்த முடியாதும், பொறுப்புகளை எடுத்துக்கொண்டு அதை செயல்படுத்தவும் முடியாது. நேரத்தை சிறந்த முறையில் நிர்வகித்து, நிறைய புதிய காரியங்களை கற்பது, மற்றும் நிறைய காரியங்களை குறித்த விழிப்புணர்வையும் வெளிப்பாட்டையும் அதிகரிப்பது, நாம் துவக்க முயற்சி உடையவர்களாக இருக்க தூண்டும்.

நம்மிடத்தில் சகிப்புத்தன்மையை மேம்படுத்த வேண்டும், மற்றும் மற்றவர்களுடைய குரல் எப்பொழுதும் குற்றம் கண்டறிவதாக/ எதிர்மறையாக இருக்கும் பொழுது அதை நம்ப வேண்டிய அவசியமில்லை.

மக்கள் எப்பொழுதும் நம்மிடத்தில் நேர்மறையாக செயல்பட மாட்டார்கள். நிராகரிப்புகள், நப்பிக்கையின்மை,அலட்சியப்படுத்தப்படுதல் நிச்சயம் இருக்கும், ஏனெனில் மக்கள் தனித்துவமுடையவர்கள், மற்றும் அவர்களுக்கு வெவ்வேறு எதிர்ப்பார்ப்புகளும் திறன்களும் உள்ளன. நாம் நம்முடைய சகிக்கும் திறனை மேம்ப்படுத்த வேண்டும். மற்றவர்கள் எப்பொழுதும் குறைகளை கண்டறிந்து, எதிர்மறையாக இருக்கும் பொழுது அவர்களை நம்ப வேண்டிய அவசியமில்லை.

நல்ல மனிதர்களோடு நாம் உறவினை மேம்படுத்திக்கொண்டு, அவர்களின் அறிவை/ அனுபவத்தை அணுகலாம்.

நம்மை சுற்றியுள்ள மக்களே நமக்கு மிகவும் மதிப்புமிக்க வளங்கள். நம்மை சுற்றியுள்ள நல்ல மனிதர்களோடு நாம் உறவை வைத்துக்கொள்வது அவசியம். அவர்களுக்கிருக்கும் அறிவு, நிபுணத்துவம், மற்றும் அனுபவம் எப்பொழுதும் நமக்கு உபயோகமாக இருக்கும். நம்மை சுற்றி நல்ல மனிதர்கள் நமக்கு உதவியாக இருக்கும் பொழுது, நாம் பலத்துடன் இருப்பதாக உணர முடியும். மற்றும் நாம் துவக்க முயற்சியுடன் சில காரியங்களை சாதிக்க அது நம்மை ஊந்தி தள்ளும்.

தோல்விகளை கண்டு நாம் பயப்படக்கூடாது, மற்றும் வெற்றியினால் மேற்கொள்ளப்பட்டுவிட கூடாது.

இந்த உலகில் தாங்கள் விரும்பாத காரியத்தை தான் சந்தித்ததில்லை என்று யாராலும் கூற முடியாது. எப்பொழுதும் சில விரும்பத்தகாத காரியங்கள் நம்மை சுற்றி நடக்கும், அதை நிறைய நேரங்களில் தவிர்க்க முடியாது. நாம் மறைந்திருக்கும் தோல்விகளை கண்டு பயப்படக் கூடாது, ஆனால் நம் அனுபவம் எல்லாவற்றிலும் உள்ள சில நல்ல காரியங்களை பார்க்க வேண்டும். துவக்க முயற்சியுடன் இருக்க, வெற்றி நம்மை மேற்கொள்ளாமலும் பார்த்துக்கொள்ள வேண்டும்.

நம்முடைய மனப்பான்மையை சரியான மதிப்பீடுகள் கொண்டு சரிசெய்ய வேண்டும், நாம் பொறுப்பாளிகளாக இருக்கும் இடத்தில், நம்மால் இயன்றவற்றை நாம் பங்களிக்க வேண்டும்.

நாம் சிறந்த மதிப்பீடுகளுடனும் நல்லொழுக்கத்துடனும், சரியான மனப்பான்மையுடனும் இருக்கும் பொழுது, நாம் மதிப்புள்ளவர்களாக,

பொறுப்புள்ளவர்களாக, உபயோகமுள்ளவர்களாக, சுயநலமற்றவர்களாக இருக்க சிறந்த முயற்சி செய்வோம். நம்முடைய பொறுப்புகளை நிவிர்த்தி செய்ய சிறந்த பங்களிப்பை கொடுப்போம், மற்றும் துவக்க முயற்சியுடன் மற்றவரின் நலனுக்கு சிறந்த பங்களிப்பும் அளிப்போம்.

துவக்க முயற்சியுடன் இருப்பதன் பயன்கள்:

நாம் துவக்க முயற்சி எடுக்க ஆரம்பிக்கும் பொழுது, நம்முடைய தலைமைத்துவ திறன்கள் மேம்படும்.

துவக்க முயற்சி எடுப்பது நிறைய நேரங்களில் நடப்பதில்லை. தன்னார்வமாக சில காரியங்களை செய்ய அழைக்கப்படும் பொழுது, நிறைய நபர்கள் தங்களை தாங்களே சிறப்பற்றவர்களாக திறனற்றவர்களாக குறைந்த கரிசனைவுள்ளவர்களாக உணர்ந்து நிறைய நேரங்களில் முன்வருவதில்லை. ஆனால் துவக்க முயற்சி எடுப்பது ஒரு நபர் தன் தலைமைத்துவ திறன்களை மேம்படுத்த உதவுகிறது.

துவக்க முயற்சி நாம் மற்றவர்களை பார்த்து செயல்படாமல் சுதந்திரமாக இருக்க செய்யும்.

நிறைய நேரங்களில் நாம் சில நபர்களை சில காரியங்களை அதிகம் தெரிந்துக்கொள்ளாமல், பின்னணியை ஆராயாமலும், மூலையை பயன்படுத்தாமலும் பின்பற்றுகிறோம். துவக்க முயற்சி எடுப்பது மற்றவர்களை சார்ந்திருக்காமல் சுதந்தரமாக இருக்க உதவுகிறது. நாம் சரியான மதிப்பீடுகளுடன் சரியான வழியில் நடக்க நம்முடைய சுய சட்ட திட்டங்களை அமைத்துக்கொள்ளலாம்.

நாம் துவக்க முயற்சி எடுக்கும் பொழுது, பிரச்சனைகளை தீர்க்கும் திறனை மேம்படுத்திக்கொள்ள முடியும், புதிய காரியங்களை கற்கவும் முடியும்.

நாம் சில காரியங்களை தொடங்கும் முன், அனைத்தையும் தெரிந்திருக்க வேண்டும் என்ற அவசியமில்லை. ஆனால் சரியான மனப்பான்மை இல்லாமல் நாம் காரியங்களை எடுக்கும் பொழுது, ஒரு சில காரியங்கள் தெரியாததால் அதை கைவிட நேரிடும். துவக்க முயற்சி எடுப்பது பிரச்சனைகளுக்கான சரியான தீர்வுகளை கண்டறிந்து, தீர்வுகளை கண்டறியும் செயலில் புதிய காரியங்களை கற்று, நம்முடைய இலக்குகளை அடைய உதுவுகிறது.

நாம் எங்கிருந்தாலும், எப்படியிருந்தாலும் துவக்க முயற்சியுடன் இருப்பது நம்முடைய பொறுப்புகளை நிறைவேற்ற உதவும்.

நாம் நம்மை சுற்றியுள்ள நிறைய இடங்களில் பொறுப்புள்ளவர்களாக இருக்கிறோம். சில நேரங்களில் நாம் செயலாற்றவும், செயல்படுத்தப்படவும் நம்மை தூண்ட நிறைய மக்கள் இருக்க மாட்டார்கள், துவக்க முயற்சி எடுப்பது, நாம் ஒருங்கிணைக்கப்பட்டிருக்கும் இடத்திலும், நாம் நம்மையே அர்ப்பணித்த காரியங்களிலும், நமக்கு கொடுக்கப்பட்ட நாம் எடுத்துக்கொண்ட நம்முடைய பொறுப்புகளையும் நாம் நிறைவேற்ற உதவுகிறது.

துவக்க முயற்சி எடுப்பது நாம் சில நேரங்களில் வெற்றியடைய, மகிழ்ச்சியை பெற, திருப்தியடைய உதவுகிறது.

நாம் எடுத்துவைக்கும் முதல் படி ஒரு மிக பெரிய படி, அதுவே நம்முடைய வெற்றிக்கு அடித்தளமாகும். அதில் நிறைய உணர்வுகளும், பகுத்தறிவு ஆய்தலும் ஈடுப்பட்டிருக்கிறது. துவக்க முயற்சி எடுப்பது நாம் முதல் படி எடுத்துவைக்க உதவுகிறது, மற்றும் நாம் காரியங்களை மாற்றியமைத்து, கடின சூழல்கள் அல்லது எதிர்பாராத காரியங்கள் இருந்தாலும், காரியங்களை கற்கவும் உதவுகிறது. நாம் துவக்க முயற்சியுடன் எப்பொழுதும் இருப்பது காரியங்களை தடையில்லாமல் முயற்சிக்க செய்கிறது, அதனால் மகிழ்ச்சியும் திருப்தியும் எப்பொழுதும் இருக்கும்.

10. வெற்றி- வாழ்வின் உண்மையான கனிகள்:

(சுய உந்துதலோடு திருப்தியான வாழ்விற்கு, ஒவ்வொரு தனிப்பட்ட நபரும் விவரிக்க வேண்டிய அவசியமான காரியம்)

தனிப்பட்ட நபரின் தேவைகள்:

ஒவ்வொரு மனிதரும் தங்களுடைய தேவைகளை சந்திக்க வேண்டும்.

நம் அனைவருக்கும் வெவ்வேறு சூழ்நிலை உள்ளது, மற்றும் நாம் வளர்ந்த விதமும் வெவ்வேறு வழிகளில் இருக்கிறது, எனவே நம்முடைய தேவைகளை நம்முடைய சூழ்நிலைகளின் அடிப்படையில் நிர்ணயிக்கிறோம். ஒவ்வொருவருக்கும் நமக்கே உரித்தான தேவை இருக்கிறது என்பதுதான் உண்மை, அதை ஏதாவது வழியில் கடின முயற்சியோடு நிவிர்த்தி செய்ய நினைக்கிறோம்.

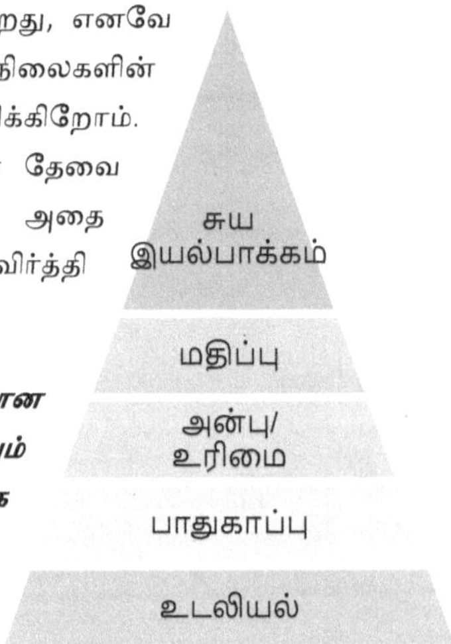

மாஸ்லோ இயற்றிய தேவைகளுக்கான படிநிலை

தேவை என்பது மிகவும் அடிப்படையான காரியத்தில் இருந்து, அங்கீகாரம் மற்றும் வெகுமானத்திற்கான தேவையாக இருக்கலாம்.

உலகில் உள்ள மனிதர்களுக்கு அடிப்படை தேவை என்பது உணவு, நீர், காற்றை உட்கொள்வது, மற்றும் தங்கள் உடல்சார்ந்த காரியங்களை சேர்த்து வாழ்வதற்கு தேவையான இடம். அதற்கு அடுத்ததாக மனிதர்கள் தங்கள் தன்மானத்தையும் சுய மதிப்பீட்டையும் காக்க தேவையான உடை. தேவை என்பது அடிப்படை நிலையிலிருந்து அங்கீகாரம் மற்றும் வெகுமானம் பெற வேண்டும் என்ற உயரிய நிலை வரை வேறுபடுகிறது.

ஒரு நபரின் வெற்றி அவர்களின் தேவையை விவரிப்பதில் அதிகமாக சார்ந்திருக்கிறது.

நம்முடைய இலக்குகளும் தேவைகளும் சரியான தளத்தில் இருக்கும் பொழுது தான், நம்மால் வெற்றியை விவரிக்க முடியும். ஒரு தனிப்பட்ட

நபரின் வெற்றியென்பது, ஒரு காரியத்தின் இறுதியில் என்ன அடைய வேண்டும் என்பதை, செயல்முறையில் திரும்திகரமான செயல்களால் தங்களை பூர்த்தி செய்வதை பெரிதும் சார்ந்திருக்கிறது.

தேவை என்பது அவசியமானதும் மிகவும் முக்கியமான காரியமுமாகும், ஒரு நபரின் விருப்பமாக இருப்பதல்ல.

ஒரு தனிப்பட்ட நபரின் தேவைகளை பூர்த்தி செய்யாத வெற்றி விசேஷமானதாக இருக்காது, மற்றும் ஒரு நபருக்கு மகிழ்ச்சிகரமான காரியமாகவும் இருக்காது. வெற்றி என்பது எல்லோராலும் விரும்பப்படுகிறது ஆனால் தேவைகள் அனைவருக்கும் அவசியமானவை. ஒரு நபரின் உண்மையான தேவைகளை சந்திப்பது அனைத்தும் வெற்றியே.

வெற்றி- விளக்கம்:

வெற்றி என்பது குறிக்கோள் அல்லது நோக்கத்தை அடைவதாகும்.

சில காரியங்களை சரியான நேரத்தில் சரியான திசையில் நிறைவேற்றுவது வெற்றி. எனவே அது முன்னரே சரியான நோக்கங்கள் உடையதாகவும், நோக்கங்களை அடையத்தக்க வழிகாட்டுதல்கள் உடையதாகவும் இருக்க வேண்டும். இலக்குகள் வெற்றியாக மாறுவதற்கு சீரிய குறிக்கோள் அல்லது நோக்கம் மிகவும் அவசியமாகும்.

சில நபர்கள் புகழை, பொருளை, சமூக உயர்நிலையை (சுய மதிப்பீட்டை பெறுவதற்கு) சென்றடைவதை வெற்றி என விவரிப்பர்.

நிறைய மக்கள் தங்கள் வாழ்வில் உயரிய மதிப்பளவை கொண்டுள்ளனர். பெரிய செல்வத்தை அடைவது, நிறைய மனிதர்களின் பாராட்டை பெறுவது, உயரிய பதவியை சமூகத்தில் பெற்றிருப்பது வெற்றி என கூறுவர், ஏனெனில் அது அவர்கள் உயர்ந்தவர்களாக உணரவும், அவர்களின் சுய மதிப்பீட்டை அதிகரிக்கவும் உதவும்.

சில நபர்கள் திருப்திகரமாக சில காரியங்களை முடிப்பதை வெற்றி என விவரிப்பர்.

நிறைய நல் வாய்ப்புடையவர்கள், திருப்திகரமாக சில காரியங்களை முடிப்பதை வெற்றி என விவரிப்பர். அவர்கள் ஒப்பிட்டு பார்த்து மதிப்பளவையும், மதிப்பீடுகளையும் கொண்டிருக்க மாட்டார்கள், ஆனால் தங்களுக்கு தாங்களே சரியான வரையறைகளை வகுத்து திருப்தியாக இருப்பர், மற்றும் தங்களால் முயன்ற வரையில் சிறப்பாக காரியங்களை அடைய விரும்புவர்.

சில நேரங்களில் முயற்சித்த காரியங்களில் விருப்பமான ஒரு விளைவு ஏற்படுவதை வெற்றி என சிலர் விவரிப்பர்.

சில காரியங்களை முயற்சிக்கும் பொழுது நேர்மறையான விளைவுகள் ஏற்படுமானால், அது சாதகமான பலனாகவும் இருக்கும், அதுவே வெற்றி. எப்பொழுதும் ஒரு காரியத்தை முழுவதும் முடிப்பது சாத்தியமாக இருக்காது, மற்றும் சில காரியங்களை முயற்சிக்கும் பொழுது வேறு சில காரியங்கள் செயல் முறையில் கிடைக்கப்பட்டிருக்கும், அதுவே சாதகமான பலனாகி, சில நேரங்களில் வெற்றியும் ஆகும்.

இலக்குகள் அமைத்தல்

நிறைய நேரங்களில் மக்கள் அதிகம் யோசிக்காமல் மிகவும் குறுகிய நோக்கு உடையவர்களாக இருக்கின்றனர், தங்கள் தனிப்பட்ட முன்னேற்றத்திற்குரிய இலக்குகளையும் அமைப்பதில்லை.

எல்லா மனிதர்களும் வாழ்வில் சவால்களை எடுத்துகொள்வதில்லை, காரியங்கள் போகிற போக்கில் நேரத்தை செலவழிக்கின்றனர், உண்மையிலேயே நேரத்தை பயன்படுத்துவதில்லை. நிறைய நேரங்களில் குறுகிய நோக்கு உடையவர்களாக இருக்கிறோம், குறிப்பிட்ட நேரத்தில் தேவைப்படும் காரியங்களை மாத்திரம் செய்கிறோம், அது நம்முடைய ஆளுமையை நீடிய காலத்தில் மேம்படுத்துவதில்லை.

நிறைய மக்கள் இலக்குகள் உடையவர்களாக இருக்கின்றனர், ஆனால் அதற்கான செயல்களை செய்வதில்லை, அவர்களின் குறுகிய திட்டம், நீண்ட கால திட்டத்திற்கு ஒத்திருப்பதில்லை.

சில நபர்கள் தங்கள் கனவை அடைய நல்ல இலக்குகளையும் ஆர்வங்களையும் கொண்டுள்ளனர், ஆனால் தங்கள் குறுகிய பார்வையில் என்ன காரியம் ஏற்றார் போல உள்ளதோ அதை செய்கின்றனர், மற்றும்

நீடிய கால இலக்குகளோடு தொடர்புடைய அவசியமான காரியங்களை செய்வதில்லை. காலப்போக்கில் அவர்களின் இலக்குகள் நொறுங்கி, சரியான செயல்கள் இல்லாமல் மாற்றமடைகிறது.

நிறைய மக்கள் தங்களுக்கென குறிப்பிட்ட எந்த இலக்குகளும் நிர்ணயிப்பதில்லை, அவர்கள் தங்கள் சூழ்நிலைகளை, வரையறைகளை, நன்மைகளை கருத்தில் கொள்ளவும் தவறுகின்றனர்.

அடையப்படாத இலக்குகளுக்கு காரணம், இலக்குகளை நிர்ணயிக்கும் பொழுது பகுத்தறிவில்லாத சாத்தியமற்ற எதிர்ப்பார்ப்புகளை கொண்டிருப்பது. சில மக்கள் தங்களின் தற்போதைய சூழ்நிலைகளை, நேர்மறைகளை, எதிர்மறைகளை, இலக்குகள் நிர்ணயிக்கும் பொழுது சிந்திப்பதில்லை. உயரிய காரியங்களை குறிவைப்பது நல்லது, ஆனால் நாம் உயரிய நிலைக்கு போவதற்கு, தற்போது எந்த நிலையில் இருக்கிறோம் என்பதை அறிய வேண்டும்.

இலக்குகள் துவக்க முயற்சியுடன் முழுமையானதாக, அடையக்கூடியதாக, பகுத்தறிவுள்ளதாக, நேர்மறையானதாக, அறநெறிகள் உள்ளதாக இருக்க வேண்டும்.

நாம் கொண்டுள்ள இலக்குகளை எல்லாம் நாம் எதிர்பார்க்கின்ற, விரும்புகின்ற விளைவுகளை ஏற்படுத்தாது. சுயநல / சுய லாபமுடைய இலக்குகளை அடைந்த பிறகு அது விரும்பத்தக்கதாக இருக்காது. நம்முடைய இலக்குகள் திருப்தியாக இருக்க, அது முழுமையானதாகவும் எல்லா காரியங்களையும் கருத்தில் கொண்டதாகவும் இருத்தல் அவசியம், மற்றும் அடைவதற்கு சாத்தியமானதாகவும், யோசிப்பதற்கு காரணத்துவமிக்கதாகவும், அணுக நேர்மறையானதாகவும், ஏற்றுக்கொள்ளக்கூடிய அறநெறிகளை கொண்டதாகவும், துவக்க முயற்சியுடன் முன்னேற கூடியதாகவும் இருக்க வேண்டும்.

வெற்றி அடைதல்

வெற்றி என்பது தோல்வியே அடையாமல் இருப்பதல்ல; அது எல்லா தோல்விகளையும் கடப்பது. அது தவறுகளில் இருந்து கற்பது.

ஒரு சில நேரங்களில், நம்முடைய தவறுகள் மற்றும் எதிர்பாராத விபத்துகளால் நிறைய காரியங்களை நம்மால் அடைய முடியாது,

அவற்றை நமது வாழ்வின் போக்கில் வரையறுக்க முடியாது. ஆனால் நாம் தோல்விகள் மற்றும் தவறுகள் போன்ற அனைத்திலிருந்தும் கூட சில காரியங்களை கற்கலாம், அது நம்முடைய வருங்கால சூழ்நிலைகளை கையாள உதவும்.

வெற்றி என்பது ஏதோவொரு வழியில் சில காரியங்களை அடைவது அல்ல, அது நிலைக்காது, அது நிலைத்தாலும், அடைந்த வெற்றி ஆர்வமிக்கதாகவும் விரும்பக்கூடியதாகவும் இருக்காது. வெற்றி என்பது நம்முடைய நேரம், பொருள், தாலந்தை நேர்மறையான மனப்பான்மையுடன் கூடிய நேர்மறையான நோக்கத்தோடு உபயோகித்து, ஒரு காரியத்தை அடைவதாகும்.

நம்முடைய இலக்குகள், விருப்பங்கள், பொறுப்புகள் நிறைவேற்ற படுவதற்கு, நாம் எந்த முறையில் வேண்டுமானாலும் அதை நகர்த்தலாம். ஆனால் அப்படி செய்தால் சுத்த மனசாட்சியுடன் விஞ்சிய நிலையை தக்க வைக்க முடியாது. வெற்றி என்பது ஒரு சில காரியங்களை தொடர்ச்சியான விதத்திலும் விரும்பத்தக்க விதத்திலும் அடைவதாகும். மறைந்திருக்கும் தன்மைகளையும், ஒரு மனிதருக்கு அவசியமான தன்மையையும் உள்வாங்குவதற்கு கடின உழைப்பு, பொறுமை, விடாமுயற்சி அவசியமாகும். வெற்றி என்பது நேரம், பொருள், தாலந்து முதலியவற்றை ஒரு பொதுவான நன்மைக்காக நேர்மையான நோக்கத்துடனும் நல்ல மனப்பான்மையுடனும் உபயோகிப்பதாகும்.

வெற்றி என்பது சேரும் இடம் மாத்திரம் அல்ல ஆனால் அது ஒரு நபர் கடந்து வரும் பாதையாகும், மற்றும் ஒரு நபர் எடுத்துவைக்கும் அனைத்து அடிகளுமாகும்.

உலகில் உள்ள நிறைய நபர்கள், வெற்றி என்பது கடினமான சில இலக்குகளை தம்மை வருத்திக்கொண்டு அடைவது என்று எண்ணுவர். ஆனால் அனைவரும் நாளை என்பது நிச்சயமானதல்ல என்பதை புரிந்துக்கொள்ள வேண்டும். எனவே, நாம் வாழ்வின் அனைத்து தருனங்களிலும் வெற்றியை உணர வேண்டும், மற்றும் வெற்றி என்பது நாம் பயனிக்கின்ற பாதை, நாம் முன்னேற எடுக்கின்ற அனைத்து நேர்மறையான அடிகளுமாகும்.

வெற்றிக்கான பரிந்துரைகள்:

சுயத்தை மதியுங்கள் மற்றும் மற்றவரை மதியுங்கள்.

மற்றவர்கள் நம்மை பார்க்கும் விதத்தை தவிர்த்து, சரியான மதிப்பீடுகளுடனும், சிந்தனைகளுடனும் நாம் தன்மானம் உடையவர்களாக இருப்பது அவசியம். அதனை அடுத்து நாம் கொண்டுள்ள எல்லா வேறுபாடுகள் மற்றும் கருத்துக்களின் நிமித்தம் ஒத்துழையாமையின் மத்தியில் மற்றவர்களை ஏற்க அவர்களோடு செயல்ப்பட, மற்றவரிடத்து மரியாதையுடன் இருப்பதும் அவசியம்.

தானாக செயல்படுவதை வளர்த்துக்கொள்ளுங்கள் மற்றும் நல்ல மனிதரோடு உறவை வளர்த்துக்கொள்ளுங்கள்.

உலகில் மக்களே அனைத்தையும் ஆளுகைப்பவர்கள். வாழ்வில் நாம் சிறந்த மனிதரோடு நல்ல உறவினை வைத்திருப்பது அவசியம், அதே சமயம் சரியான மனப்பான்மை, செயல், மதிப்பீடுகளுடன் நாம் தானாக காரியங்களை செய்யக்கூடியவர்களாக நம்மை வளர்த்துக்கொள்வதும் அவசியம்.

உங்கள் நேரத்தை நிர்வகியுங்கள்.

நேரமே மதிப்புள்ளதாயும், அனைவருக்கும் மிகவும் பொதுவான ஒரு வளமாகவும் உள்ளது. நாம் நம்முடைய நேரத்தை சரியான காரியத்திற்கு, நம்முடைய குறுகிய மற்றும் நீண்ட கால குறிக்கோள்களுக்கு செலவழிப்பது அவசியம்.

மதிப்பீடுகளுடனோடு கூடிய பகுத்தறிவோடிருங்கள்.

நாம் ஏற்கப்பட கூடிய வகையிலும், சாதாரணமாகவும் இருக்க நமக்கு சமநிலையுடன் கூடிய அனைத்து காரியங்களை பற்றிய ஒரு நோக்கு அவசியம். பகுத்தறிவுடன் கூடிய மதிப்பீடுகள் மற்றவர்கள் நம்மை அணுகவும் ஏற்கவும் உதவும்.

நோக்கத்துடன் ஞானவான்களாக இருங்கள்

தெரிவதற்கும் பகுத்தறிவதர்க்கும் மத்தியில் அகன்ற வேறுபாடு உள்ளது. தெரிவது அறிவினால், பகுத்தறிவது ஞானத்தினால். நாம் சரியான நோக்கத்துடன் ஞானிகளாக இருப்பது அவசியம்.

ஒழுக்கத்துடன் பொறுப்புள்ளவர்களாக இருங்கள்.

நம்முடைய ஒப்புதலில் நாம் எடுத்துக்கொண்ட, நமக்கு கொடுக்கப்பட்ட காரியங்களுக்கு பொறுப்புள்ளவர்களாக செயல்களை ஒழுக்கத்துடன் செய்து, நாம் அதற்கு பதிலளிக்க கூடியவர்களாக இருக்க வேண்டும்.

விடாமுயற்சியுடன் பொறுப்புள்ளவர்களாக இருங்கள்.

எல்லா காரியங்களும் நமக்கு உடனடியாக அணுக கூடியதாகவும் அடையக்கூடியதாகவும் இருக்காது, மற்றும் நாம் சில நேரங்களில் முன்னேறுவதற்கு விடாமுயற்சியுடன் பொறுமையாக இருப்பது அவசியம்.

அறிவுடன் துவக்க முயற்சியுடைவராக இருங்கள் (புதிய காரியங்களை கற்றுக்கொள்ளுங்கள்).

நாம் சில நேரங்களில் எளிதாக சில காரியங்களை அணுக முடிவதில்லை, மற்றும் அதற்கான வாய்ப்புகளும் நமக்கு கிடைப்பதில்லை, நாம் நம்மை நாமே முன் தள்ளி, நிறைய காரியங்களை குறித்த அறிவிடன் புதிய காரியங்களை கற்பதனால், காரியங்களை தொடங்குவது அவசியம்.

பணித்திட்டதுடன் தரிசனம் உடையவராக இருங்கள்.

நிறைய காரியங்களை குறித்த விரிவான தொலைநோக்கு பார்வை நாம் சில காரியங்களை நீண்ட மற்றும் குறுகிய செயல் திட்டங்களாக செயல்ப்படுத்த உதவும். நாம் வெற்றிகரமான பணியை செய்ய தெளிவான தரிசனம் உடையவராக இருப்பது அவசியம்.

நேர்மறை மனப்பான்மை கொண்டிருங்கள்.

மனப்பான்மை என்பது உணர்வும் புத்தியும் சேர்ந்ததாகும். சரியான மதிப்பீடுகளுடனும், மதிப்பளவுடனும் எப்பொழுதும் நேர்மறையாக இருப்பது வாழ்வின் அனைத்து புள்ளிகளிலும் நாம் திருப்திகரமாக மகிழ்ச்சியாக இருக்க உதவும்.

நிலைத்திருக்க கூடிய வெற்றி:

வெற்றி என்பது சில நேரங்களில் பார்க்க கூடியதாக இருக்கும், சில நேரங்களில் பார்க்க கூடாததாக இருக்கும். சரியான மனப்பான்மையுடன்

சரியான நோக்கத்திற்காக எடுக்கப்படும் எந்த சரியான செயலும் நீடித்திருக்கும் வெற்றியாகும்.

நாம் அனைவருக்கும் விரும்பிய இலக்குகளை அடைவதற்கு நமக்கே உரித்தான தடைகள் உள்ளது, மற்றும் இலக்குகளை அடைவதென்பது எல்லா நேரமும் சாத்தியமானதாக இருப்பதுமில்லை. நிறைய நேரங்களில், நாம் சில இலக்குகளை அடையும் போது வெற்றிகரமாக உணர்கிறோம், மற்றும் சில நேரங்களில் இலக்குகளை அடைய தவறும் பொழுது நம் கண்களை கண்ணீரினால் நிரப்பி நேர்மறையான காரியங்களை பார்க்க தவறுகிறோம். வெற்றி சில நேரங்களில் பார்க்க கூடாததாக இருக்கிறது, சில நேரங்களில் மறைந்திருக்கிறது. நம்மால் முடிக்க முடியவில்லை எனினும் சரியான மனப்பான்மையோடும் சரியான நோக்கத்தோடும் நாம் செய்வதெல்லாம் வெற்றியாகும்.

வெற்றி என்பது பெரும்பாலும், அதை அடைந்த நேரத்தில் மாத்திரம் மதிப்புள்ள ஒரு பொருள் சார்ந்த காரியமாகவே பார்க்கப்படுகிறது. மற்றும் ஒரு குறிப்பிட்ட காலத்திற்கு பிறகு ஆர்வத்தை தரக்கூடியதாக இருப்பதில்லை. ஆனால் நீடித்திருக்க கூடிய வெற்றி என்பது எப்பொழுதும் தேவைப்படுகிற மகிழ்ச்சி, சமாதானம், அன்பு போன்ற பொருள் சாராத காரியங்களாகும்.

சில நபர்கள் உலகில் மிக பெரிய பணக்காரராக ஆவது வெற்றி என எண்ணுவர், ஆனால் வெற்றி என்பது பொருள் சார்ந்த காரியமல்ல, ஏனெனில் பொருட்கள் குறிப்பிட்ட காலமே ஆர்வம் அளிக்க கூடியதாக இருக்கும். உண்மையான வெற்றியுள்ள வாழ்வு மகிழ்ச்சிகரமானது, சமாதானமானது, அன்பு நிறைந்தது.

வெற்றி என்பது சுய மதிப்பீட்டை அடைவது மாத்திரம் அல்ல. அது ஒரு மனிதர் தம் நோக்கம் மற்றும் வாழ்வின் அர்த்தத்தை உணர்ந்து, சுய உண்மை நிலையை அடைவதாகும்.

சில மக்கள் உயரிய நிலையில் இருப்பது வெற்றி என எண்ணுவர் ஆனால் அதில் நிறைய குறைப்பாடுகள் உள்ளது. சுய மதிப்பீடு மாத்திரம் வெற்றியல்ல, ஆனால் பதவியின் மூலம் நாம் உபயோகமாக இருப்பதும், பொறுப்புகளை நிறைவேற்றுவதும் வெற்றியாகும். வெற்றி என்பது சுயத்தை அறிந்து, நோக்கத்தை புரிந்த அர்த்தமுள்ள வாழ்வதாகும்.

வெற்றி என்பது ஒரு தனிப்பட்ட நபர் தன்னுடைய சுயத்திற்கு உபயோகமாகவும் சுயத்தை திருப்திப்படுத்துவதும் மாத்திரம் அல்ல, மற்றவரின் ஆர்வங்களையும் நலனையும் கருத்தில் கொண்டு மற்றவருக்கு உபயோகமாக இருப்பதுமாகும்.

சுயத்தை சுற்றியதான வாழ்வு சுயத்தை திருப்திப்படுத்தினாலும் நிலைத்திருக்க கூடிய வெற்றியை தரக்கூடிய வாழ்வாக இருக்காது. மனிதர்களே உலகில் மிக மதிப்புமிக்க வளங்களாக இருக்கிறார்கள், மற்றவர்களை சுய லாபத்திற்காக சுரண்டுவது, நமக்கே விரோதமாக எந்த நேரத்திலும் மாறலாம். எப்பொழுது ஒற்றுமை இருக்கிறதோ, அப்பொழுது ஒருவருக்கு ஒருவர் உண்மையிருக்கும், ஒருவர் மற்றவரின் ஆர்வங்களையும் நலனையும் கருத்தில் கொள்வர்.

வாழ்வின் உண்மையான நலன்கள்:

அன்பு

உலகில் உள்ள அனைத்து மனிதர்களின் ஏக்கமும், மற்றவரை நேசிப்பதும் மற்றவரால் நேசிக்கப்படுவதுமாகிய சேர்ந்திருத்தலுக்கான உணர்வாகும். நம் வாழ்வில் நிறைய கஷ்டங்களை அடைந்தாலும், நாம் வெற்றிகரமாக உணர அன்பு என்பது மதிப்புமிக்க உணர்வாகும்.

மகிழ்ச்சி

அனைவருக்கும் பாடுகள் உள்ளது, மற்றும் நாம் ஒவ்வொருவரும் நமக்கே உரித்தான கஷ்டங்களை சமாளிக்க வேண்டியுள்ளது. அதை தவிர்க்க முடியாமல் இருப்பினும், நாம் சரியாக இருக்கும் பொழுது மகிழ்ச்சியாக இருக்கலாம், தற்போதைய கஷ்டமான வாழ்க்கை சூழல்களால் கண்களை கண்ணீரினால் மறைத்துக்கொள்ளாமல் தொடர்ந்து முன்னேறலாம்.

சமாதானம்

உலகில் அனைத்து மக்களும் எதிர்நோக்கி காத்திருக்கும் பெரிய காரியம் சமாதானம். நாம் நிறைய கல்வியறிவோடு இருந்தாலும், நம்முடைய தேவைகள் சந்திக்கப்பட்டாலும், நம்முடைய தலைகனமும் சுயநலமும் நம்மை திருப்தியின்மை ஆக்கும். போதுமென்றிருப்பது நமக்கு சமாதானம் அளிக்கும், வெற்றியுள்ளவர்களாக்கும்.

பொறுமை

சில குழப்பங்களினாலும், காரியங்களை அவசரமாக செய்வதாலும் நாம் நிறைய காரியங்களை தவற விடுகிறோம். இழந்துவிடுவோம் என்ற பயத்தினால், நாம் மிக குறுகிய சிந்தனை உடையவர்களாக இருக்கிறோம். ஆனால் பொறுமையாக இருப்பது நீண்ட கால வெற்றியை பெற, சில நேரங்களில் காரியங்களை இழக்கவும், மேம்பட்ட காரியங்களை பெறவும், சில வேளைகளில் சிறந்த காரியங்களை பெறவும் உதவும்.

தயவு

நம் அனைவருக்கும் குறைப்பாடுகளும் வேறுபாடுகளும் இருந்தாலும், மற்றவர்கள் நம்மை ஏற்க வேண்டும் என விரும்புகிறோம். தயவாக இருக்கும் தன்மை, நாம் மற்றவர்களை மதிக்கவும், மற்ற மனிதர்களின் இதயத்தை வெல்லவும் உதவும். அது மற்றவர்களை ஏற்றுக்கொள்ளவும், நம்முடைய வாழ்வின் வெற்றியை பகிரவும் கூட உதவும்.

நற்குணம்

மனிதர்களே நம்முடைய வாழ்வில் மிக பெரிய வளங்கள், நற்குணம் நாம் மற்றவர்களோடு சேர, அனைவரும் சேர்ந்து வெற்றியுடன் இருக்க உதவும்.

உண்மைத்தன்மை

நாம் ஒருவரோடொருவர் நேரடியாகவோ மறைமுகமாகவோ சேர்ந்திருக்கிறோம், நாம் காரியங்களை பரிமாறிக்கொள்வதால் ஒருவருக்கொருவர் பொறுப்பாளிகளாகவும் இருக்கிறோம். ஒருவரோடொருவர் நாம் வெற்றியாளர்களாக இருக்க உண்மைத்தன்மை மிகவும் அவசியம்.

சாந்தத்தன்மை

பெருமை வீழ்வதற்கான அறிகுறி என்று ஒரு பழமொழி உண்டு, சாந்தத்தன்மை நாம் வெற்றியுள்ள வாழ்க்கையுடன் திருப்தியாக இருக்க, சுயத்தை தெரிந்துக்கொள்ள, மற்றவர்களுக்கு உபயோகமாக இருக்க உதவும்.

சுய கட்டுப்பாடு

நாம் யோசிக்கும் அனைத்தையும் நம்மால் செயல்படுத்த முடியாது, நாம் உணரும் அனைத்தையும் வெளிப்படுத்த முடியாது, ஏனெனில் நாம் ஒரு சமூக வலைதளத்தில் இருக்கிறோம், அது மதிப்பளவுகளையும் ஒரு சில எதிர்ப்பார்ப்பையும் கொண்டுள்ளது. சரியான மதிப்பீடுகளுடன், ஒழுக்கங்களை உடையவர்களாக இருக்க, நாம் சுய கட்டுப்பாடு கொண்டிருப்பது அவசியம்.

தொகுப்புரை:

வெற்றி என்பது மனிதர்களுடைய பார்வையில் ஒரு நபரின் பொருள் சார்ந்த காரியங்களின் சேகரிப்பாக இருக்கலாம், ஆனால் ஒரு நபருக்கு வெற்றி என்பது பொருள் சாராத காரியங்களான வியக்கத்தக்க குணம், நடத்தை, செயல் போன்றவற்றை பெறுவதாகும். ஏனெனில் அனைத்து மதிப்புள்ள விரும்பத்தக்க பொருள் சார்ந்த காரியங்களையும் ஒரு நபர் அடைந்த பிறகு, குறிப்பிட்ட நேரமே அது மகிழ்ச்சியை அளிக்கும், தற்காலிக திருப்தியே தரும். ஆனால் மதிப்புமிக்க பொருள் சாராத காரியங்கள் அனைத்தும் வாழ்வு முழுவதும் நம்மோடிருக்கும்.

References:

1. ‘BIBLE’ values and principles imbedded inside it.
    - Book of Genesis, Chapter 1, Verse 27,28, King James Version (KJV)

- Book of Mark, Chapter 12, Verse 31, King James Version (KJV)
- Book of Matthew, Chapter 7, Verse 12, International Standard Version (ISV)
- Book of John, Chapter 4, English Standard Version (ESV)
- Book of Galatians, Chapter 5, Verse 22,23, English Standard Version (ESV)

2. *http://www.urbandictionary.com/author.php?author=orange+cookie* ,Availability as on 18/1/2017
3. *https://www.pinterest.com/pin/112590059409345840/* , Availability as on 31/1/2017
4. *http://iheartinspiration.com/quotes/no-one-is-going-to-love-you-if-you-dont-love-yourself/* , Availability as on 31/1/2017
5. https://www.pinterest.com/pin/27092035234348980/ , Availability as on 31/1/2017
6. *http://www.quotesvalley.com/quotes/self-esteem/page/24/* , Availability as on 31/1/2017
7. *https://www.skillsyouneed.com/interpersonal-skills.html* , Availability as on 13/2/2017
8. *http://smallbusiness.chron.com/5-conflict-management-strategies-16131.html* , Availability as on 13/2/2017
9. *http://www.mindofwinner.com/7-steps-to-more-effective- time-management/* , Availability as on 20/2/2017
10. *http://smallbusiness.chron.com/difference-between-programmed-unprogrammed-decisions-business-perspective-25876.html*, Availability as on 20/2/2017

11. *http://www.umassd.edu/fycm/decisionmaking/process/* , Availability as on 20/2/2017
12. *http://www.differencebetween.com/difference-between-rational-and-vs-irrational-thinking/*, Availability as on 21/2/2017
13. *A Practitioner's Guide to Rational-Emotive Behavior Therapy,* By Raymond A. DiGiuseppe, Raymond DiGiuseppe, Kristene A. Doyle, Windy Dryden, Wouter Backx
14. *https://www.helpguide.org/articles/stress/stress-symptoms-causes-and-effects.htm* , Availability as on 22/2/2017
15. *https://www.mentalhelp.net/articles/types-of-stressors-eustress-vs-distress/*, Availability as on 22/2/2017
16. *http://www.successconsciousness.com/positive_attitude.htm*, Availability as on 27/2/2017
17. *https://www.forbes.com/sites/keldjensen/2012/04/12/intelligence-is-overrated-what-you-really-need-to-succeed/#374be967b6d2* , Availability as on 27/2/2017
18. *https://en.wikipedia.org/wiki/Social_responsibility* , Availability as on 3/7/2017
19. *http://www.imasocialentrepreneur.com/social-responsibility/* , Availability as on 3/7/2017
20. *http://blog.tavorro.com/taking-initiative-work-key-success/* , Availability as on 3/7/2017
21. *https://tomprof.stanford.edu/posting/1404* , Availability as on 3/7/2017
22. ***'A Theory of Human Motivation'***, A. H. Maslow (1943)

உலகில் நிறைய நபர்கள் வெற்றி இல்லாதவர்களாக உணருவர்

வெற்றி காணப்படும் தங்கத்தால் அளவிடப்பட்டால், அது உண்மையன்று

ஆளுவதற்கு திறனுடைய அனைவரும் ராஜாவாக இருக்க முடியாது

ஒரு சமயம் ஒருவர் ராஜாவே இருப்பார், மற்றவர் அவர் சபையில் இருப்பர்

ஒரு ராஜாவாயினும் திறனுள்ளவர்கள் இல்லையேல், வானில் வீழவர்

உண்மையோடு நேர்மையோடு காரியத்தை முடித்து அடுத்ததை தொடர்வது வெற்றி

தன் உயிரையும் பணயம் வைத்து தளபதியை பாதுகாப்பது ஒரு சிப்பாயின் வெற்றி

தன் குடும்பத்தை பராமரிப்பதும் கட்டுவதுமே ஒரு வீட்டை பராமரிப்பவரின் வெற்றி

வாகனத்தை சிறந்த முறையில் சரி செய்வதே ஒரு வாகனம் சரிசெய்பவரின் வெற்றி

கட்டிடத்தை பிழையில்லாமல் வண்ணம் தீட்டுவதே வண்ணம் தீட்டுபவரின் வெற்றி

குறித்த ஒரு இடத்தை நேரத்தில் பாதுகாப்பாக சேர்வது ஓட்டுனரின் வெற்றி

www.ingramcontent.com/pod-product-compliance
Lightning Source LLC
LaVergne TN
LVHW040444051026
849517LV00002B/750
* 9 7 9 8 2 2 3 7 3 6 1 6 5 *